అమ్మడు కాఫీ హోటల్

భమిడిపాటి గౌరీశంకర్

Ammadu Coffee Hotel
of
Bhamidipaati GowriSankar
Copy Right: **Bhamidipaati GowriSankar**
Published By: Kasturi Vijayam
Published on: Oct-2024

ISBN (Paperback): 978-81-974474-7-1

Print On Demand

Ph:0091-9515054998
Email: Kasturivijayam@gmail.com
Book Available
@
Amazon, flipkart

కృతజ్ఞతలు

'అమ్మడు కాఫీ హోటల్' కథలు పుస్తకరూపంలో రావటానికి తెర వెనుక మిత్రులకు కృతజ్ఞతలు తెలుపుకోవటం నా ధర్మంగా భావిస్తాను.

నన్నెంతగానో అభిమానిస్తున్న, ప్రోత్సహిస్తున్న గురజాడ విద్యాసంస్థల అధినేత శ్రీ జి. వి. స్వామి నాయుదుగారికి...

నన్ను నిరంతరం ప్రోత్సహిస్తున్న గురుతుల్యులు.... స్నేహశీలి... మధురవచస్వి సాహితీ మూర్తి.. మా కళాశాల ప్రిన్సిపాల్

డా॥ పులఖండం శ్రీనివాసరావుగారికి....

నా ప్రతీ పుస్తక ప్రచురణకు ప్రోత్సాహమిస్తున్న మంచి మిత్రులు, సీనియర్ జర్నలిస్టు శ్రీ సదాశివుని కృష్ణగారికి ...

నా మిత్రులు చందు, కామేశ్వరరావులకు...

నా సోదరుడు శ్రీ జగన్నాధరావు, వదినలు.. మరదలకు...

పుస్తకాలను ఎంతో అందంగా ముద్రిస్తున్న కస్తూరి విజయం ప్రచురణల వారికి...

– రచయిత

భమిడిపాటి గౌరీశంకర్

అంకితం

ప్రేమతో ....

నా సోదరుడు, సివిల్ ఇంజనీర్
శ్రీ భమిడిపాటి జగన్నాధరావు,లక్ష్మి
దంపతులకు ...
ప్రేమతో ....

భమిడిపాటి గౌరీశంకర్

ఓ మంచిమాట

జి.వి. స్వామి నాయుడు
గురజాడ విద్యాసంస్థలు
శ్రీకాకుళం

మా గురజాడ విద్యాసంస్థల అనుబంధమైన గాయత్రి డిగ్రీ కళాశాలలో ఆంధ్రోపన్యాసకునిగా విద్యా సేవలందిస్తున్న శ్రీ భమిడిపాటి గౌరీశంకర్ కథా రచయితగా సాహితీ పాఠక లోకానికి సుపరిచితులు. చక్కని సామాజిక స్పృహతో వచ్చిన వీరి రచనలు పోటీలకు నిలబడి ఎన్నో బహుమతులు, ప్రశంసలు అందుకున్నాయి.

ఏడు కథా సంకలనాలు పాఠకుల ప్రశంసలకు ఆలవాలము. నేడు ఈ " 'అమ్మడు కాఫీ హోటల్' (కథా సంకలనం) " వెలువరించడం అభినందనీయం. కథా, కవితా రచయితగా, పత్రికా సంపాదకునిగా, అధ్యాపకుడిగా, సౌమ్యశీలిగా, నిరాడంబరుడిగా, నిగర్వీగా, నిబద్ధత తో కూడిన జీవనశైలి గలిగిన శ్రీ గౌరీశంకర్ గారు మా సంస్థలో ఉద్యోగి కావడం మా సంస్థ అదృష్టంగా భావిస్తూ – అభినందిస్తూ, ఉన్నత సోపానాలు అధిరోహించాలని ఆకాంక్షిస్తూ... గాయత్రి మాత చల్లని దీవెనలు ఎల్లవేళలా వీరికి ఉండాలని, ఆయురారోగ్య భోగాలతో విలసిల్లాలని కోరుకుంటూ....

జి.వి.స్వామి నాయుడు
శ్రీకాకుళం

అభినందన చందనం

డా॥ పులఖండం శ్రీనివాసరావు
రాష్ట్రస్థాయి ఉత్తమ అధ్యాపక పురస్కార గ్రహీత, ప్రిన్సిపాల్
శ్రీ గాయత్రి కాలేజ్ ఆఫ్ సైన్స్ & మేనేజ్‌మెంట్
శ్రీకాకుళం

సౌమ్యశీలి, నిరాడంబరుడు, సహృదయుడు, సజ్జన సాంగత్యాభిలాషి, నిగర్వి, ప్రచారపేక్ష నిరపేక్షక కథారచయిత శ్రీ భమిడిపాటి గౌరీ శంకర్ గారి కలం నుండి జాలువారిన 'అమ్మడు కాఫీ హోటల్' కథలు పుస్తకంగా తీసుకురావడం సంతోషదాయకం. దాదాపు తెలుగు పత్రికలన్నీ గౌరీశంకర్ రచనలను ప్రచురిస్తున్నవి.

ఈ రచయిత జన జీవనం లోని, సామాజిక అంశాలపై స్పందిస్తూ, అక్షరాల మణిదీపాలను వెలిగించి, దోషరహిత సమాజ పురోగమనానికి దారి చూపించే మార్గదర్శి. అటువంటి సమున్నత భావశబలత గలిగిన శ్రీ భమిడిపాటి మరిన్ని రచనలతో లోకాన్ని ప్రదీప్తం చేయాలని ఆకాంక్షిస్తూ... శ్రీ గౌరీశంకర్ గారికి అభినందన చందనం.

డా.. పులఖండం శ్రీనివాసరావు
శ్రీకాకుళం

అమ్మదు కాఫీ హోటల్

స్మృతులకు మరణం లేదు!

కార్తీకమాసపు చలి... సన్నగా శరీరాన్ని తాకుతున్నది.... ఆకాశంలో చందమామ హాయిగా.... వెన్నెలను కురిపిస్తున్నాడు... ఎక్కడి నుండో అడవి పూలు... నైట్ క్వీన్ పరిమళాలు కాక్ టైల్ వాసన మత్తుగా ముక్కు పుటాలను స్పృశిస్తున్నది...

గరిక శరీరానికి మెత్తని పరుపుగా ఉంది... గడ్డిపైన పడిన మంచు బిందువులుగా ఏర్పడుతున్నది.. నాచేయి దానిపై పడగానే.. బిందువులు మాయమవుతున్నాయి...

ఎంత క్షణికం వీటి అస్తిత్వం. అయితే మాత్రం ఎంత కమ్మని జ్ఞాపకం వాటిని స్పృశించడం...

అరకు అందాలు నాకు కొత్త కాదు.. ప్రతీ కార్తీక మాసంలో నేను అరకు వస్తాను... కనీసం వారం రోజులు పాటు ఉండి.. తనివి తీరా వెన్నెల రాత్రులను అనుభవిస్తాను....

మనిషికి అందమైన అనుభవాలు మిగిల్చే ఆనందం ఏ మాదకద్రవ్యాలు ఇవ్వగలవు... క్రితం వరకు నేను ఒంటరిని....

కాని ఇప్పుడు జంట గాణ్ణి. ప్రేమించడం చాలా సులభం... ఏవో కొన్ని అబద్ధాలు... కొన్ని పొగడ్తలు... మరికొన్ని తన గురించి గొప్పలు... కొంచెం ఖర్చు... ఇవి వర్తమానంలో ప్రేమికుల ఆయుధాలు.. అవాస్తవాలన్నీ వాస్తవాలుగా మారినప్పుడు ప్రేమ కాస్త శత్రుత్వంగా మారుతుంది....

నేను సరోజను పై ఆయుధాలతో ప్రేమించ లేదు... సహజంగానే ప్రేమించాను... నా బలహీనతలు... నా ఉద్యోగం.. నా జీతం.. జీవిత సంగ్రహం... రోజాకు... అదే సరోజకు తెలుసు...

ప్రేమ మనసును స్పందింపజేస్తుంది... మనసు స్పందిస్తే మనిషిపై నమ్మకం కుదురుతుంది..

నమ్మకం బంధంగా మారుతుంది... అది శాశ్వతమైన మధుర స్మృతులను కలుగజేస్తుంది...

మనసు మనసును ప్రేమించాలి... మనిషి మనిషిని ప్రేమించకూడదు... ఒకటి నిస్వార్ధం... మరొకటి స్వార్ధం....

శరీరం... కురుస్తున్న మంచు వలన చల్లగా ఉంది.....

షాల్ ఒంటినిండా కప్పుకున్నాను. వెచ్చగా ఉంది.... కనులు మూసుకున్నాను... దూరంగా ఏదో రైలు..... వేగంగా వచ్చి... ముందుకు వెళ్ళిపోయిన శబ్దం.... నిశ్శబ్దం...

అడుగుల సవ్వడి... కాలిమువ్వల సందడి....

మల్లెలు... కనకాంబరాలు... సంపెంగలు కల గలిసిన వాసన.... నా రోజాకు ఇష్టమైన పూల కాంబినేషన్ ఇది... నా ప్రక్కన కూర్చొంది....

"ఏంటి నిద్రపోతున్నారా?"

"లేదు... నీ కోసమే... ఎదురుచూస్తున్నాను.

"మంచు ఇంతగా కురుస్తున్నది... జలుబు చేయదూ..."

"చేయదు... ఇదిగో... నిన్ను... ఇలా... కప్పు కుంటాను" అని ఆమె నడుం చుట్టూ చేయివేసి మీదకు లాక్కున్నాను....

"ఛీ... ఛీ... పదిమంది తిరిగే చోటు... సిగ్గు లేదు..." రోజా చిరు కోపంగా అన్నది కాని... లేచే ప్రయత్నం కాని... ప్రక్కకు జరిగే ప్రయత్నం కాని చేయలేదు... మరింతగా దగ్గరకు జరిగింది...

"పెళ్ళికి పూర్వం కూడా మనం... ఇటువంటి... ప్రయాణాలు చేశాం... నాతో రావటానికి... నీకు భయం వేయలేదా...." ఆమె జడలోని పూలదండతో ఆడుతూ అడిగాను.....

"భయమా... ఎందుకు?... రోజా అమాయకపు ప్రశ్న...

ఆమె ముఖంలోనికి చూశాను...

విశాలమైన కళ్లు... కళ్ళపైన పెద్దవైన... నల్లని కనుబొమ్మలు... కనులలో అనంతమైన భావాలను క్షణంలో పలికించగల నైపుణ్యం రోజాకు ఉంది.

అలక..... కోపం... ముద్దు... చిలిపితనం... హాస్యం... అమాయకమైన మొహానికి ఆ కళ్ళు మరింత అందాన్నిచ్చాయి... చిన్న పెదవులు... నవ్వితే సొట్టలు పడే

బుగ్గలు... తల నుంచి ఒక పాయ నుదిటిన పడిన జుత్తు... పెద్ద జడ... వంకీలు తిరిగిన జుత్తు.... కళ గల మొహం....

"నా ప్రశ్నకు సమాధానం ఇవ్వకుండా ఏమిటో ఆలోచనా...." రోజా ప్రశ్న......

"ఇప్పుడంటే భార్యవి... కాని... అప్పుడు ప్రియురాలివి...

నేను నిన్ను వివాహం చేసుకుంటానో... లేదో... కట్నానికి ఆశపడి ... ఇంకొకర్ని చేసుకొంటే....."

ఆమె నామీద నుంచి లేచి... ముత్యాల ముగ్గు సినిమాలో పడవలో కూర్చున్న కొత్త పెళ్ళికూతురు గెటప్ లో ఉన్న సంగీతలాగా కూర్చుంది... కాళ్ళపైన ముఖాన్ని ఆన్చి....

"మీ మొహాన్ని ఎప్పుడైనా అద్దంలో చూసుకున్నారా....

"ఇదేం ప్రశ్న.... తల దువ్వుకున్న ప్రతీసారి అద్దంలో చూసుకుంటాను కదా". సరోజ విరగబడి నవ్వుతున్నది... నాకు ఉక్రోషం.. వచ్చింది....

నవ్వి... నవ్వి.. తెప్పరిల్లిన తరువాత....

"అది కాదు మహానుభావా.... నీ మొహంలో ఇతరులను మోసగించే... గుణంలేదు.... అదీ సంగతి..."

నేను అదాటున లేచి... ఆమెను పూర్తిగా ఆక్రమించుకున్నాను..

ఆమె నన్ను భద్రంగా అల్లుకుంది..... మిత్రమా... నేనంటే ఎంత నమ్మకం నీకు...మనసులోని భావాలను అందంగా మాటల రూపంలో చేర్చి నా హృదయంలో మహోన్నతమైన స్థానాన్ని సంపాదించుకున్నావు...మనిషిని మనిషే నమ్మలేని వర్తమాన కృత్రిమ విలువల సమాజంలో నాపైన ఎంత – నమ్మకం. కొమ్మపైన పూచే గులాబీకి తన అస్తిత్వపు సమయమెంతో తెలియకపోయినా అందంగా వికసిస్తుంది.... అమాయకంగా కొమ్మను నమ్ముతుంది.... ఆ నమ్మకం ప్రకృతిలో ఉంది.

ఒక మనిషి మహోన్నతుడిగా సమాజంలో స్థిరత్వం పొందడానికి కారణం..... అతను ఇతరుల పైన ఉంచుకున్న నమ్మకం....

చాలు... ఈ జన్మకు ఈ మాట చాలు...

కంటినుంచి జారిన వెచ్చని కన్నీరు... ఆమె భుజంపైన పడి.. జాకెట్ పైన ఇంకిపోయాయి...

నన్ను ముందుకు నెడుతూ.... "ఏంటండి... చిన్నపిల్లాడిలా... ఇంత సెన్సిటివ్ అయితే భవిష్యత్తులో నా కొంగున కట్టుకుని ఆడిస్తా జాగ్రత్త..." ఆమె మొహంలో అదే చిరునవ్వు....

"ఇంతకీ మనం వచ్చింది... హనీమూన్ కా.... ఇలా..."

ఆమె మాటలు పూర్తికాకుండానే. ఆమెను నా బాహువుల్లో బంధించాను.. ఆమె నడుం చుట్టూ నా చేతులు... అలా... లా... ఆమె నన్ను లతలా అల్లుకుపోతున్నది...

క్షణాలు... చల్లగా... మెల్లగా... గడుస్తున్నాయి..... ఇద్దరం.... దూరంగా... పొదల మాటుకు....

చేరుకున్నాం......

వెన్నెల హాయిగా ఉంది... గరిక నేల పరుపు మెత్తగా వుంది...

ఆమెపైన నేను ఆమెలో నేను.... నాలో ఆమె....

ఆవేశం ఉరకలు వేస్తున్నది.... ఉడుపులు వేగంగా తొలగించబడుతున్నాయి.... వెన్నెల ఆమె శరీరంపై పడి ... పచ్చని శరీర రంగుపై నగ్నంగా పరావర్తనం చెందుతున్నది...

కొన్ని క్షణాల తరువాత....

“అయినా... వందలకు వందలు రూమ్ రెంట్ గా ఇచ్చి ఇదేమిటండీ ఇలా...." ఆమె ముఖంలో ఆనందం... ఉద్వేగం....

ఇరుకు గదులు... మురికి మంచాలు... ఇవ్వలేని హాయి... ఇదిగో ఈ మంచులో తడిసిన గరికనేల ఇస్తుంది... అయినా ప్రకృతిలోని స్వచ్ఛత... నీలోని వెచ్చదనం ... నా మాటను పూర్తి కాకుండానే.. తన పెదవులతో నా పెదవులను మూసేసింది.. క్షణం తరువాత....

"మిమ్మల్ని కదిలిస్తే చాలు...పడతికి.... ప్రకృతికి... మధ్య వర్ణనాభేదం చేస్తారు...."

"అబ్బో... నీకు ప్రాస... భాష... వస్తున్నదీ..."

"సావాస దోషం"... "సావాస” అనే పదం దగ్గర ఒత్తి పలుకుతూ...

"మన దుస్తులను ఇంకా యథాస్థానాలకు పంపుదామా...." అంది తనే మళ్ళీ....

"పోనీలెద్దూ.... పుట్టినప్పుడు... గిట్టినప్పుడు.... ఎలాగూ ఉండవు కదా... ఈ కొద్ది క్షణాలు మాత్రం ఎందుకు..." అన్నాను... ఆమె నడుం చుట్టూ చేతులూ వేస్తూ...'మరోసారి' అన్నట్టుగా... నావైపుకు లాగాను....

"నిద్ర వస్తున్నది... పోదామండి... మంచు... చలిగాలి... ఇంకా చూడవలసినవి చాలా వున్నాయి కదా" బట్టలు వేసుకుంటూ....

"రేపు చూడవలసినవి కూడా ఇప్పుడే చూసేస్తే పోలా....

"బాగుంది సంబడం... నయం... పెళ్ళికి ముందు ఈ హుషార్ చూపించలేదు... బ్రతికి

పోయాను.... అంది మూతి మూడు వంకర్లు త్రిప్పుతూ...

"అవును గాని.... అప్పుడు నాకెందుకు తట్ట లేదు.... ఈ విషయం...

"నా అదృష్టం బాగుండి..."

ఇద్దరం లేచాం... ఆమె నడుం చుట్టూ నా చేతులతో ముందుకు నడిచాం....

రాత్రి చాలా భాగం గడిచిపోయింది....

సన్నని దగ్గు వెనుక నుంచి వినిపించింది... నేను గతం నుంచి వర్తమానంలోకి వచ్చాను... ఆలోచనలతో నాకు ఆసుపత్రి వాతావరణం గుర్తుకు రాలేదు... మందుల వాసన.... ఏదో తెలియని... గంభీరమైన వాతావరణం....

కుర్చీ నుంచి లేచాను.

నా భార్య మంచం దగ్గరకు వెళ్ళి... ఆమె ముఖంలోకి చూశాను... చిన్నా పెద్దా కాని బొట్టు... కావిరంగు చీర... దానిపైన కుంకుమరంగు జాకెట్... మెడలో నుంచి బయటపడి ప్రక్కకు జారిన మంగళసూత్రాలు....

చెదరిన పైట నుదిటిన జారిన జుత్తు... కొద్దిగా కొద్దిగా క్రిందకు చూశాను... ఎత్తుగా... మరోజీవి ప్రస్తానానికి ఆశ్రమంగా... ఉంది... రోజా కళ్ళలో గర్వం... ముఖంలో 'ఇది' అని చెప్పలేని ప్రశాంతత... ఆనందం...

తొలి కాన్పు... స్త్రీకి ఎంతటి గర్వాన్ని ఇస్తుంది....

ఆమె నుదిటిపైన మెల్లగా చుంబించాను... ఆమె నా చేయిని పట్టుకొంది.... ప్రక్కన కూర్చోబెట్టుకుంది....

మంచంపైన.... ఆమె ప్రక్కన.... నా చేతిలో ఆమె చేతిని ఉంచుకుని కూర్చున్నాను..... "భయంగా ఉందండి..... ఆమె కళ్లలో "ఎందుకు భయం... బ్రహ్మాండమైన ఆసుపత్రి... డబ్బు పారేస్తే క్షణాల్లో సమస్త సౌకర్యాలు కూర్చుతారు... డాక్టరును పిలవమంటావా......"

"వద్దండి... మీరలా ప్రక్కన కూర్చోండి...."

"సరే.... నీవలా... ఆలోచనలు పెట్టుకోకుండా... హాయిగా నిద్రపో... ఆమె కనులు మూసుకుంది.

ఆమె నిద్రపోయిందని నిర్ధారించుకున్న తరువాత... నేను మరలా కిటికి దగ్గర నా వాలు కుర్చీ వేసుకుని కూర్చున్నాను.....

చంద్రుడు... ఆకాశంలో సగమే ఉన్నాడు.... కిటికీలో నుంచి వెన్నెల ఏటవాలుగా గదిలో పడుతున్నది....

నగరంలో వెన్నెల... వేశ్య చిరునవ్వు... ఎందుకో వాటికి విలువలేదనిపించింది.... అసంగతమైన భావాలు....

చేతిలో వున్న 'వాక్మన్' ఆన్ చేశాను..... హరిప్రసాద్ 'అవుట్ ఆఫ్ ది బ్లూ సన్నగా విని పిస్తున్నది... కాళ్లు గోడకు ఆన్చి... కనులు మూసు కున్నాను. మానసిక రోగాలను నయం చేసి స్వస్థత చేకూర్చే గుణం రాగాలకు ఉంది.....

"మాష్టారు! బయటకు వెడతారా. ఆమెకు నొప్పులు వస్తున్నాయి" నర్సు తొందర చేస్తున్నది.....

నేను గబగబ లేచి... వాక్మన్ను గూటిలో ఉంచి... పక్క గదిలోకి నడిచాను... వెళ్లేముందు... మరోసారి ఆమెకు ధైర్యం చెప్పి... నర్సును..... కాస్త వెనకకు తిరగమని చెప్పి.... నా భార్య బుగ్గపై ముద్దిచ్చాను.... విషయం గ్రహించిన నర్సు నావైపు తిరిగి నవ్వింది...

నేను బయటకు నడిచాను.

నా వెనుకే తలుపులు మూయబడ్డాయి....

దాదాపు అరగంట తరువాత.....

"మాష్టారు... ఆడపిల్ల..." నర్సు చెప్పింది... నేను చూడవచ్చునని కూడా చెప్పింది.... గదిలోకి ప్రవేశించాను... మరో జీవి ఈ లోకంలోకి రాగానే తన ఉనికిని తెలియజేస్తుంది గామోసు...

నా భార్య ప్రక్కన కూర్చున్నాను... ఆమె కళ్ళలో మెరుపు... నన్ను మెచ్చుకోలుగా చూసింది... నా చేతిని తన చేతిలోకి తీసుకుని... ముద్దు పెట్టుకుంది...

ఎందుకింత ఆనందం... పారవశ్యం......

"అరకు లోయలో మీపై వెన్నెల పడినప్పుడు ఎలా మెరిసిపోయారో, పాప అలా మెరిసిపోతోంది గదూ అంది రోజా.

నేను నిండుగా నవ్వాను. మేము గడిపిన మధుర క్షణాలను మా మధ్య శాశ్వతంగా మిగల్చడానికి ఈ భూమిపై అవతరించిన, మా పాపను చూస్తూ... కూర్చుండిపోయాను. రోజా నాచేతిని గట్టిగా పట్టు కున్నది. ఆమె ముఖంపై చిరునవ్వు ఆనాటి వెన్నెల్లా మెరుస్తోంది.

నీలి మేఘం

"మా దేశంలో లేనిదేదో మీ దేశంలో ఉందని నేను ఇక్కడకు వచ్చాను. కాని ... మనుషులు కలిసి ఉంటున్నా ఇంతింత దూరాలను ఎలా భరిస్తున్నారు. ఇదో టార్చర్ కాదా..." అన్నాడు రాబర్టు నాతో....

రాబర్టు అమెరికా నుంచి విశాఖపట్నం వచ్చేసిన పేరు పొందిన క్రిమినల్ లాయర్. దశాబ్ద కాలంగా నాకు తెలుసు. నా మిత్రులు కొద్దిమంది 'ఆయన' నోటి చలువ వలన విడాకులు పొందారు. అయినా సంతోషంగా లేరు. తమకు నచ్చిన స్త్రీ, పురుషులతో క.....ల .... సి... ఉన్నారు, కాని, కలిసిపోయి లేరు.. ఇది రాబర్టుకు తెలుసు.. నేనో కళాశాల లెక్చరర్ ని.. వివాహం చేసుకోలేదు.. ఎప్పుడు నేను రాబర్టుని కలిసినా... మా మధ్య టాఫిక్ వస్తుంది.

ప్రతీ ఆదివారం.. మేము భీమ్లీ బీచ్ కు వెడతాం.. కొద్దిక్షణాలు డచ్ వారి సమాధులు వద్ద గడుపుతాం.... అలా జనానికి దూరంగా.. అలలకు దగ్గరగా ఓ రెండు గంటల కాలం వెచ్చించి... వెనక్కి తిరుగుతాం... ఇదిగో ఈ చర్చ... మనదేశంలో పెరుగుతున్న విడాకుల గురించి....

"నిజమే.... నేనక్కడే చదువుకున్నాను.. శారీరక సుఖానికి, మానసిక వ్యధకు సంబంధం లేదని..

ఏనాడో తెలుసుకోవడం వల్లనేమో, ప్రతీక్షణం కీచులాడుకొనే దంపతులు కూడా పిల్లల్ని కనగలుగుతున్నారు. కాని... ఆ తరువాత వారి జీవితం వారి చేతుల్లోంచి జారిపోతున్నది.. అన్నాను. కాస్త... వేదనగా... 'కారణం'

"పిల్లలు కలగనంతవరకు వారి కోసం తపన, వారు పుట్టగానే వారికోసం జీవితంగా మార్చేసుకుంటారు. భార్యభర్తలు ఒకరినొకరు కోల్పోతారు....

"ప్రేమ లేకనా... " రాబర్టు సందేహం.

'కాదు... స్త్రీ, పురుషులకు ప్రేమ ఒక్కటి కాదు. దాని పట్ల ఇరువురికి వేరువేరు భావాలుంటాయి. డబ్బులాగ ప్రేమ ఒక శక్తి. ప్రేమ, ప్రేరణగా, ఉపకరణంగా దేనికైనా సాధించకపోతే ఆ ప్రేమకు ఏ విలువ ఉండదు.

'మీ దేశపు వివాహబంధం గొప్పదని.. మా దేశంలో చెప్పుకుంటారు కాని ఏదో బలహీనత సంసారాల్లో విషాదం నింపుతున్నదని నా భావన.' రాబర్టులో తెలియని కోణం ఏదో ఉంది.. క్రమంగా బయటకు రావాలని అతని ప్రయత్నం..

అతనో గొప్ప న్యాయవాది, అవివాహితుడు. కోర్టులో అతను చేసే ఇంగ్లీషులో వాదన న్యాయమూర్తులను ఆశ్చర్యచకితులను చేస్తుంది. ఇంత ఎనర్జీ ఎలా సాధ్యం అనేది నా ఆశ్చర్యం. అతన్ని ఎన్నోసార్లు అడిగాను.." స్టడీ చేస్తా' అని సమాధానమిచ్చి తప్పుకుంటాడు. అతనో జంటిల్మన్. మా సమయం ముగిసింది. బయలుదేరాం...

రాబర్టుకు చెందిన.. నన్ను ఆశ్చర్యంలో ముంచెత్తిన ఓ విషయం నాకు రెండు రోజులు తరువాత తెలిసింది.

ఆ రోజు సాయంత్రం కాలేజీ నుంచి ఇంటికి వచ్చి... నా రాతలేవో నేను చూసుకుంటున్నాను.

" మీ కోసం ఎవరో రూపట... వచ్చింది.... పని మనిషి చెప్పింది.

" రూప.... ఎవరు... ఎందుకు... అడిగావా... " అన్నాను.

" లేదయ్యా... మీరు కావాలంది... లేరన్నాను.. రాత్రికి వస్తారని చెప్పాను. రేపుదయం ఎనిమిది

గంటలలోపు వస్తానని చెప్పమంది......

"సరేలే....." అన్నాను..

పని మనిషి లోనికి వెళ్ళిపోయింది...

నా పనుల కోసం.. నేనో మనిషిని పెట్టుకున్నాను. నాకు పెళ్ళి చేయాలని, నన్ను చేసుకోవాలని ఎంతోమంది ప్రయత్నం చేసారు. హాయిగా ఉద్యోగం.. మంచి జీతం.. నడి వయసు.. నా అన్నదమ్ములు నలుగురు. ఎవరి జీవితాలు వారివే.. అత్తపోరు... ఆడపడుచు పోరు కూడా లేదు. నేనుంటున్న ఇల్లు కూడా నాదే... ఏమో ఏదో సమయంలో నా మనసు మారవచ్చు. వివాహం దిశగా ఆలోచనలు మరలవచ్చు.

" ఎవరీ రూప....?

ఉదయం ఆరింటికే లేవటం నా అలవాటు.. పనిమనిషి ఎనిమిదింటికి వస్తుంది. నేను తొమ్మిదికి కాలేజికి వెళతాను.

డోర్ బెల్ శబ్దం.. వెళ్ళి తీసాను.

ఎదురుగా ఓ అపరిచిత మహిళ... ఓ మూడేళ్ళ బాబు కూడా ఉన్నాడు.. రండి కూర్చోండి... నా గురించి మీకు తెలుసా.." అన్నాను ఆసక్తిగా...

ఆమె... బాబు... ఎదురుగా సోఫాలో కూర్చున్నారు. బాబు.. ఆమె ఒడిలో నిద్రపోయాడు. ఆమె కొంచెం ప్రక్కకు జరిగి బాబును పూర్తిగా సోఫాలో పడుకోనిచ్చింది.

"కొంచెం మంచి నీళ్ళు ఇవ్వగలరా...." అంది రూప..

"ఎంతమాట... ఓ గంటగడిస్తే కాని.. పనిమనిషి రాదు, పాలు వగైరాలు వంటగదిలో ఉన్నాయి. కావాలంటే... అభ్యంతరం లేకుంటే మీరంత త్రాగి.. నాకింత ఇస్తే ధన్యుణ్ణి" అన్నాను.

ఆమె నవ్వుతూ......వంటింటి.. దారి అడిగింది.. నేను చూపాను. నేను నా ఎదురుగా బాబు...

ఎవరీమె... నేనెలా తెలుసు, నా దగ్గరకెందుకు వచ్చింది. నేనేమి చేయాలి. కొంపతీసి.... నన్ను చుట్టుకోదు కదా... ఛ... ఛ.... మనిషి చదువుకొన్న దానిలా ఉంది. సంస్కారిలా ఉంది.

మనిషి జీవితంలో అద్భుతమైన సంఘటనలకి నాంది కూడా అతి సాధారణంగా ప్రారంభమవుతుంది....

నా ఆలోచనల మధ్య ఆమె నాకు టీ కప్పు అందించింది. టీ... త్రాగుతూ.... "బాబుకు పాలు పట్టలేక పోయారా." అన్నాను.. "వాడింత వేగరంగా లేవడు. ఆ సరికి మీ పనిమనిషి రావచ్చు. ఈలోగా నేనెవరో.. ఎందుకు వచ్చానో. మీకు తెలియాలిగా... మీ సమయాన్ని నేను తిననులెండి క్లుప్తంగా చెబుతాను.

నేను వినటం ప్రారంభించాను..

ఒక స్త్రీ తన విలువల్ని ఎందుకు కోల్పోతుంది. భర్త, పిల్లలు ఉండి కూడా మరో వ్యక్తితో సంబంధం ఎందుకు.." నారాయణ ప్రశ్న.

'ఒక భార్య తన మనసులో నిర్లిప్తతని భర్తకు చెప్పుకోలేని ప్రపంచం ఇది " అంది రూప.

" నీకు నవలలు చదివే అలవాటు ఉందా? నారాయణ సూటి ప్రశ్న.

నేను పి.జి. విద్యార్ధినని మరచిపోతున్నావు..... అయినా నా మాటలకు నీ రియాక్షన్ అలా ఉంటే..

నేను చెప్పింది పూర్తిగా వింటే.... నీ రియాక్షన్ ఎలా ఉంటుందో...." రూప గొంతులో జీర...

"ఏంటిది...."

" నేనిప్పుడు ఒట్టి మనిషిని కాను....

వారి మధ్య ఐదు నిమిషాల వరకు మాటలు లేవు......

"నీవు ఆపరేషన్ చేయించుకోలేదా... " నారాయణ గొంతులో ఆశ్చర్యం... మళ్ళీ అతనే... " నేనింకా చాలా ఎదగాలి. సమాజంలో నాకంటూ ఓ హోదా... డబ్బు, పలుకుబడి ఇవన్నీ కావాలి.... నువ్వు కూడా... కాని.... వివాహితవు.... ఎలా " అతని గొంతులో భయం... ఆవేదన....

"నిజమే..... నేను వివాహితనే... నా భర్త, పిల్లలను వదులుకొని నీతో రావాలనుకున్నాను. కాని... నీలో నీ పట్ల నీకే తెలియని అయోమయం. భారతీయ స్త్రీ అంటే నాలాగే ఉంటుందని కూడా నీవనుకోవచ్చు. ఆడవారంటే, నాలాంటి వారేనని కూడా అనుకోవచ్చు. దా... ఇలా కూర్చో... ఇది... నీ ఇల్లు... ఎన్నోసార్లు, ఇది మన ఇల్లు నీవే అన్నావు కదా.. ఇదే మంచంపైన... ఎన్నోసార్లు....." ఆమె ఆగింది.. తలవంచుకుంది... ఆయాసం.. నిస్సహాయత ఆమెలో తిరిగి ఆమె.....

"ఓడిపోవడం నాకు నచ్చదు.. గెలిచేవరకు పోరాటం చేయాలి.. గంగా, శకుంతల కథలు నాకెంతో ఇష్టం. నీ బిడ్డ నాకు కావాలి. నా సంసారం... నాకెందుకు వద్దో నీకు చెప్పదలచుకోలేదు. అది నీవు వినలేవు కూడా. ఎందుకంటే బరితెగించి, ఉద్యోగం చేస్తున్న ఆడదంటే ఈ సమాజానికో చిన్నచూపు. ప్రతీవాడు ఆమెను వాడుకోవాలనే చూస్తారు. ఆదుకోవాలనుకోడు...

"కాని..... నేను అటువంటివాడిని కాను. కాస్త.. ఎదగటానికి నేను చేస్తున్న ప్రయత్నాలు నీకు తెలుసు. ఇప్పుడిప్పుడే నాకంటూ ఓ స్థానం దొరుకుతున్నది... నీవు లేని జీవితం కూడా నేనూహించలేను. నేను ఈ ప్రాంతం వాడిని కాను.. ఎక్కడి నుంచో

వచ్చినవాడిని.. నీవు దొరికావు... కాని... నా పరిస్థితి..... ఆలోచిస్తున్నాను.. అంతే.... నారాయణ ఆవేదన...

“నీవు దొరికావు అనే మాట నచ్చలేదు. స్త్రీలలో బేలతనాన్ని, ఆధారపడే గుణాన్నీ ప్రేమించినంతగా మరిదేన్ని ప్రేమించడు పురుషుడు. చాలామంది పురుషులు ఎందుకీ ఆడవారు ప్రక్కదారులు పడతారని నా వెనుక ప్రశ్నిస్తారు. నాకు ఈ విధంగానే సుమా.." అంది.

వారి మధ్య మరోసారి నిశ్శబ్దం. నారాయణ బయటనుంచి తెప్పించిన టిఫిన్ తిని టీ త్రాగింది.. క్షణకాలం తరువాత.. ప్రతీ స్త్రీ చుట్టూ కొన్ని నైతిక సూత్రాల చట్రం నిర్మించి ఉంటుంది. ఇది సమాజం, పురుషులు నిర్మించినది కాదు సుమా.... తనకు తానే ఏర్పాటు చేసుకొన్నది.. అది ఛేదించటం ఆమెలోని మదన అంతర్మధనం... ఘర్షణ ఎవరికీ తెలియదు. గట్టుదాటిన ప్రతీవారు తనకు తానుగా ఓ వేదన. నిర్మించుకుంటారని నీవనుకోవచ్చు. నా గురించి నీకు తెలుసు నీ గురించి నాకు తెలుసు... మన గురించి.

నాకు తెలియని అంతే", ఆమె ధృడంగానే నారాయణను అడిగింది...

"నాకు కొంచెం సమయం కావాలి..." అతని సమాధానం....

" ఎన్నాళ్ళు.... నెలా ..... ఆరు నెలలా... సంవత్సరమా... ఒక జీవితకాలమా... ఎంత సమయం కావాలి.." ఆమె ఎంతో కూల్ గా ఈ ప్రశ్నలు వేసింది.. ఆమెకు అతని పట్ల ఓ దృడాభిప్రాయం కలిగి ఉంటుంది.

అదే ఆఖరు వారిద్దరూ కలుసుకోవటం...

పని మనిషి వచ్చింది.. మా ఇద్దరికి కాఫీలిచ్చింది.. బాబుకు పాలిచ్చింది.

"చెప్పండి.. ఇప్పుడు నేనేం చేయాలి....." అన్నాను. చాలా ఇంట్రెస్టింగ్ ఉండటం వలన ఫోన్లోనే నా సెలవు సంగతి చెప్పాను, ఒకప్పటి సెలవుకు ప్రిన్సిపాల్ అంగీకరించారు.

“లేవండి.... స్నానం పానం.... చేయండి. తరువాత తీరిగ్గా మాట్లాడుకుందాం.... రూప లోపలకు వెళ్ళింది..

నేను పనిమనిషితో నీవు ఈ పూట ఇక్కడే ఉండు. ఆమెకు కావలసినవి చూడు! అన్నాను. ఇటువంటి సన్నివేశాలతో పనిమనుషులు సాక్ష్యం ఎంతో అవసరం.

నేను బజారుకు వెళ్ళి పాలు, కూరగాయలు తెచ్చాను. ఈ లోపున రూప చక్కగా తయారయింది.

దబ్బపండు రంగు, చదువుకున్నస్త్రీ... అందమైన పెద్ద కళ్ళు... మగవాడు కోరుకొనే శరీరాకృతి.... బాగుంది.. నాలో టీచర్ మేల్కొన్నాడు... సిగ్గుపడ్డాను..

అది గమనించి ఆమె అందంగా నవ్వింది... నాలుగు పదులు దాటిన స్త్రీ ఇంత హుందాగా ఉంటుందా...?

భోజనాలు ముగించుకొని... ఇంటికి వెళ్ళి ఓ గంటలో వస్తానని పని మనిషి వెళ్ళిపోయింది..

" నా పనేమిటో చెప్పలేదు" అన్నాను...

" నారాయణ ఇక్కడే ఉన్నాడని తెలుసుకున్నాను. నేను ప్రస్తుతం హైదరాబాద్లో పని చేస్తున్నాను.

బాబు నా తండ్రి ఎవరని అడుగుతున్నాడు. చివరి ప్రయత్నం చేద్దామని ఓ ఆలోచన. అంతే ... నారాయణ మీ మిత్రుడని కూడా తెలిసింది.

"నా మిత్రుడా..." నా ఆశ్చర్యానికి అంతు లేదు.

"ఇదిగో నారాయణ ఫోటో చూడండి... మీ మిత్రుడని, మీరు అతనితో కలసి సినిమాలు, షికార్లు చేస్తారని కూడా తెలుసు," అంది నవ్వుతూ... అతనింకా వివాహం చేసుకోలేదని కూడా తెలుసు. మీరు కూడా అవివాహితులేనట కదా.... పని మనిషి చెప్పింది. " ఆమె నవ్వులో ఏదో తెలియని ఆకర్షణ.. ఎందుకో.... నాకు మధురవాణి నవ్వు గుర్తుకు వచ్చింది. పోలిక తప్పు కావచ్చు.

ఆమె బాగ్ లో నుంచి ఓ ఫోటో తీసి చూపించింది. నేను షాకయ్యాను. నా నోటి వెంట మాట రాలేదు.

ఆ ఫోటో చూసి.... ఇతనా.... నారాయణా' అని నేను షాకయ్యాను... నా నోటి వెంట మాట రాలేదు. "అదేమిటి ఫోటో చూసి అలా ఉండిపోయారు..." అంది రూప...

నేను సర్దుకున్నాను.

"నిజమే.... ఇతను ..... నాకు బాగా తెలుసు... ఇతని ఫోన్ నెంబర్ కూడా ఉంది...." అన్నాను..

ఆ క్షణంలో నాకో ఆలోచన కలిగింది.

అదే ఆమెకు చెప్పాను..

“క్షమించండి.. నేను ఇప్పుడతనిని వివాహం చేసుకోదలచుకోలేదు. అతనినే కాదు ఎవరిని చేసుకోను.. కేవలం నా బిడ్డకో తండ్రి ఉన్నాడని తెలియాలి.. అతడు అనాధ కాదని అందరికి కాదు... కనీసం ఆ చిన్నవాడికైనా తెలియాలి.. ఎవరిడిగినా తనకో తండ్రి ఉన్నాడని.. అతని అడ్రస్ ఇదని వారు చెప్పాలి...

" కాదు.... జీవితంలో ఒకతోడు అవసరం కదా" అన్నాను.

" మీ మీద కోపమెందుకు... అతిధ్యం ఇచ్చి గౌరవించినందుకా... ఆమె మనోహరంగా నవ్వింది. ఏదో గ్రేస్ నెస్ ఆమె ముఖంలో...

"మనిషి..... ముఖ్యంగా స్త్రీలు.... తెలిసి ఇటువంటి తప్పులెందుకు చేస్తారు..." అన్నాను.

మా మధ్య నిశ్శబ్దం.. ఆమె మెల్లగా పెరుగును తీసి అన్నంలో వేసుకుంటూ... చెంచాను.

టేబుల్ పై పడేసింది నిశ్శబ్దం.

ఏ స్త్రీ తన తప్పు చేయాలనుకోదు. వస్తువులు పగిలితే శబ్దం... మనుసులు విరిగితే నిశ్శబ్దం. పెళ్ళయి... పిల్లలున్న స్త్రీ మరొకనితో బిడ్డని కనటం... అనైతికం.. కదా.. ఇది తప్పు నిజమే... ఎందుకు చేసావంటే నా వాదన నాది... ప్రేమరాహిత్యం, అభద్రత, ఆత్మన్యూనాతా. ఇవి ఆడవారికి శత్రువులు, ఇవే తప్పులు చేయిస్తాయి.”

అందరం లేచాం.... ఒక అరగంట విశ్రాంతి తరువాత

"మేము బయలుదేరుతాం... బాబును నారాయణ దగ్గరకు చేర్చండి.. ఆ తరువాత నా దగ్గరకు పంపేయండి. మీ నెంబరు ఇవ్వండి. నా నెంబరు అడగొద్దు.. నేను ఎప్పటికి మిస్టరీగానే ఉండాలనేది నా ఉద్దేశ్యం.

బాబును నా దగ్గర వదలి... ఆమె వెళ్ళింది.. మహాభారతంలో గంగలా... ఆ మరుసటి రోజు.. కాలేజికి సెలవు పెట్టి రాబర్టును కలిసాను. రూప సంగతి చెప్పాను. బాబును తన దగ్గరుంచుకొంటానన్నారు. బాబు కూడా రాబర్టుకు చేరువయాడు.

నా బాధ్యత పూర్తయింది. నేను హైదరాబాద్ వెళ్ళాలి, సెంట్రల్ యూనివర్శిటిలో ఓ పదిహేను రోజులు ట్రైనింగ్ ఉంది. బాబు జాగ్రత్త అన్నాను. రాబర్టు నవ్వాడు. బాబు నవ్వాడు.. నేను నవ్వుకున్నాను.

నారాయణ.... రాబర్టు.. రూప... బాబు.. ఏదో తెగని బంధం.. విశ్లేషించుకుంటే మనుష్యుల ప్రవృత్తులంత కృత్రిమమైనవి మరేవీ లేవనుకుంటాను. ఓ రచయిత మాటలు గుర్తుకు వచ్చాయి.

ఒక్క నిమిషం. రాబర్టు నేను ఆగాను.

"నేను భారతీయతను ఇష్టపడను. కారణం... అనేక దుర్లక్షణాలున్నాయి. నేను ఉదాహరణలతో వివరించగలను. నేను ఏవగించుకున్న క్షణాలున్నాయి రూప విషయంలో కూడా. కాని... భారతీయ ఆత్మలో హిందూ సంస్కృతిలో సభ్యతలో ఏదో అనిర్వచనీయమైన ఆకర్షణ, సాటిలేని సౌందర్యం, మహోన్నత్యం ఉన్నాయి. వాటిని అభిమానించకుండా ప్రేమించకుండా ఉండలేకున్నాను అన్నాడు బాబును గుండెలకు హత్తుకుంటూ అమెరికన్ రాబర్టు..

నారాయణ ఫోటో చూసిన తరువాత నేనెందుకు షాకయ్యానో మీకు చెప్పలేదు కదా....

వద్దులెండి... కథ సుఖాంతం కదా..!

గొడవలు మనకెందుకు కాలానికి వదిలేద్దాం..

ఉబాంటూ...

'బాబూ... కాస్త ఈ ఫారం నింపగలరా... ప్లీజ్..' చిరాకుగా తలెత్తిచూసాను. ఇటువంటి పనులకోసం రిసెప్షన్ కౌంటరుంది.. అక్కడో అమ్మాయిని టెంపరరీ బేసిస్లో నియమించుకున్నాం.. కాని.. సరాసరి నా దగ్గరికే వచ్చి అడగటంతో చిరాకేసింది. మార్చి నెలాఖరు రోజులు.. కాస్త బిజీగానే ఉన్నాను.. అయినా పెద్దాయన.. తమాయించుకున్నాను...

ఫారం చూసాను. కొత్త ఏటిమ్ కార్డులిస్తున్నాం.. మరింత జాగ్రత్తకోసం.. పాతవి రద్దుచేయమని పైనుంచి ఆర్డర్స్.. "ఏం బాబాయ్... కొడుకులు... మనవళ్ళు ఎవరూ లేరా.." అని అడిగా... 'జ్యోతి' అని ఫోన్ చేసాను... రెండు నిమిషాల్లో ఆమె వచ్చింది.. ఆమెనే.. ఇటువంటి సలహాలు.. సూచనలు.. రాతకోతల కోసం బ్యాంకు నియమించింది.. కాగితాలు ఆమె పట్టుకు వెళ్ళింది...

"ఉన్నారు బాబూ.. అందరు.. నా డబ్బును పంచుకున్నారు.. ముసలాణ్ణి కదా బాబూ.. ఎవరికి పనికిరాను కదా.. నా పెళ్ళాం కూడా ముసల్దయిపోయింది.. చాకిరీకి పనికిరాదు.. ఈ పెన్షనే మా ఆధారం. పాతకాలం నాటి గుడిసే ఉంది.. దానిలోనే కాపురం.."

'ఏం చేసేవాడవు బాబాయ్..' అన్నాను చేత్తో పనిచేస్తూనే.. అంతా కంప్యూటర్ పైనే పని...

'రెవిన్యూలో అటెండర్ గా చేసాను.. ప్రస్తుతం నాలుగు వేలు వరకు వస్తుంది.. ఇద్దరమే.. సరిపోతుంది.."

"పిల్లలు.. ఆస్తిపాస్తులు" అన్నాను.. ఒకసారి అతని ముఖంలోకి చూసి..

"అన్నీ ఉన్నాయి.. అందరికి పంపకాలు చేసేసాను.. వారికి డబ్బుకావాలి.. మేము అక్కర్లేదు.. అయినా... మనిషితనం.. మానవత్వం.. ఎక్కడున్నాయి బాబు.. మేం చచ్చాక కబురుచేస్తే వస్తామన్నారు.." తాతా.. ఆధార్ కార్డు తీసుకురా..' అని జ్యోతి వచ్చి అడిగింది.. అతనిని తీసుకు వెళ్ళింది...

నేను కొంచెం సేపు పని ఆపేసాను.. పంపకాలు.. కోట్లు ఆస్తి ఉన్నవారికైనా.. ఇది తప్పుదేమో...

లంచ్ బ్రేక్.. నేను కూడా.. వర్క్ ఆపేసాను.. లంచ్ బాక్స్ తీసుకొని బయలుదేరాను.. ముసలాయన పని అయిపోయినట్టుంది.. ఎక్కడా కనిపించలేదు. జ్యోతి బాక్స్ తో వచ్చి నా ప్రక్కన కూర్చుంటుంది. "ఆ ముసలాయన కోటీశ్వరుడు సార్.. ముగ్గురు కొడుకులు.. ఒక కూతురు.. ఉన్నారట.. వారికి ఈ ఈడు పిల్లలున్నారుట.. అందరూ కలసి ఆస్తి పంపకాలు వేసుకొని.. వీళ్ళిద్దరిని వదిలేసారు.. ఎవరికి వీరక్కర్లేదు... అందరూ ప్రభుత్వ ఉద్యోగాలు చేస్తున్నారు.. పాపం నాకు చెప్పుకొని ఏడ్చాడు సార్...

ఆస్తి పంపకాలు.. వారు చనిపోయిన తరువాత చేసుకోవచ్చు కదా.. అనిపించింది నాకు... తినటం ప్రారంభించాను.. నా ఆలోచనలు నావి...

మా అమ్మానాన్నలకు మేము ముగ్గురన్నదమ్ములమే.. విశాఖపట్నంలో అక్కయ్యపాలెంలో మాకో పెంకుటిల్లుంది. కొమ్మాదిలో అరెకరం నేల ఉంది.. మా నాన్నగారు కూడా రెవిన్యూ గుమస్తా పనిచేసి రిటైరయినారు. మా అన్నయ్య రెవిన్యూలో హైదరాబాదులో చేస్తున్నాడు.. తెలంగాణ విడిపోయిన తరువాత అక్కడే ఉండిపోయాడు. మా తమ్ముడు సాఫ్ట్ వేర్.. బాగానే ఎదిగాడు.. ప్రస్తుతం లండన్లో ఉంటున్నాడు. నేను.. బ్యాంక్ ఆఫీసర్ గా సెలక్టయి.. విశాఖపట్నంలోనే ఉండిపోయాను.. ఇంటిని.. భూమిని.. అమ్మేద్దామని వాళ్ళ గోల..ఈ వ్యవహారంలో.. ఏడు పదులు దాటిన అమ్మానాన్నలను మాత్రం ఎవరూ పట్టించుకోవడం లేదు.. వారు పోయిన తరువాత పంపకాలు సంగతి చూద్దామని నేను చెబుతుంటే మా అన్నయ్య, వదిన వినటం లేదు.. విశాఖలో స్థలాల రేట్లు విపరీతంగా ఉన్నాయని.. ఆ రెండు అమ్మితే కనీసం రెండు కోట్లయినా వస్తుందని.. ముగ్గురు మూడుభాగాలు వేసుకుంటే.. గుండెలు మీద చేయి వేసుకొని బ్రతికేయవచ్చని వారి ఆలోచన. తమ్ముడికి నాకు ఇష్టం లేదు. అయినా మా ఆవిడకి.. మరదలికి, వదినకి, అన్నయ్యకి మాత్రం డబ్బుకావాలి.. నేను మొత్తం పడేసుకుంటానేమోనని మా అన్నావదినల ఆలోచన.. ఒకసారి వచ్చి పెద్ద తగువులాడి, పెద్దమనుషుల సమక్షంలో కాగితాలు వ్రాసుకున్నంత వరకు వెళ్ళింది వ్యవహారం. అయినా... తల్లిదండ్రులను ప్రక్కనపెట్టేసి.. వారి కష్టార్జితం కోసం.. వారి కళ్ళముందే.. ఎదిగిన పిల్లలున్న మేము ఇలా వాదోపవాదాలు చేసుకోవటం.. అసహ్యమనిపించింది.. ఎవరికి చెప్పలేని

పరిస్థితి.. ఇదిగో.. దాని కోసమే.. మా వదిన అన్నయ్యతో ఫోన్లు మీద ఫోన్లు చేయిస్తున్నది. ముసలాళ్ళ సంగతి ఎవరికి అవసరంలేదు. అన్నయ్య వాళ్ళ పెద్దమ్మాయికి పెళ్ళి సంబంధాలు చూస్తున్నాడు. డబ్బుకావాలి.. వాళ్ళ దగ్గర కావలసినంత ఉంది. అయినా.. ఆశ.. నేను కాదనటం లేదు.. అమ్మానాన్నలు గురించి ఆలోచించమంటున్నాను.

'సార్'.. అని పిలిచింది.. జ్యోతి.. 'ఆ'.. అని.. సింక్ దగ్గరకు వెళ్ళి.. మిగిలిపోయిన అన్నాన్ని పారేసి.. గిన్నెలు కడిగేసాను.

"ఏం.. సార్.. సరిగ్గా తినలేదు.. ఏవో ఆలోచనల్లో పడిపోయినట్టున్నారు.. సార్.. ఆ ముసలాయన వాళ్ళావిడకి.. సీరియస్ గా.. ఉందట.. లోన్ ఏమైనా... ఓ లక్ష రూపాయలు ఇస్తారా అమ్మా.. అని అడిగాడు సార్.. నాకయితే జాలి వేసింది. మిమ్మల్ని అడగమన్నాను సార్".. లోన్ సెక్షన్ నేనే చూస్తాను.

'రూల్స్ నీకు తెలియనివా జ్యోతి' అన్నాను... "పెద్దాయనకు...ఏదో చెప్పాలి కదా సార్.. ఇవన్నీ ఆయనకు విడమర్చి చెప్పలేము.. అయినా.. ముగ్గురు కొడుకులు.. ఒక కూతురుండి కూడా అందరూ ప్రభుత్వ ఉద్యోగాలు చేస్తూ కన్నతల్లికి ప్రాణం మీదకొస్తే ఛీ..ఛీ.. అసహ్యం వేస్తున్నాది సార్.." కన్నీరు పెట్టుకుంది.

"ప్రతిరోజు... ఇటువంటివి మనం చూస్తున్నదే కదా... మరీ సెన్సిటివ్ గా ఆలోచించకు.. పద.. కౌంటర్ ఓపెన్ చేయాలికదా.." ఇద్దరం కదిలాం..

మరుసటి రోజు ముసలాయన మళ్ళీ నా వద్దకు వచ్చి.. లోన్ కోసం అడిగారు.. తన ఫించను మీద వస్తుందా అని.. అతని ముఖంలోకి చూసా.. నిస్తేజమయిన ముఖం.. ఎటువంటి భావాలు లేని గాజుగోళీల వంటి కళ్ళు.

'సారీ అండీ.. మీ పెన్షన్ మీద లోన్ ఇవ్వలేం... అదీకాక వయసు కూడా పెద్దదాయె.. రూల్స్ ఒప్పుకోవు.." అని చెప్పేసాను. అంతకన్నా నేనేమీ చేయలేను కూడా..

అతను నిరాశగా వెళ్ళిపోయాడు.

ఆ రోజు సాయంత్రం జ్యోతి నా దగ్గరకు ఒకతన్ని తీసుకువచ్చింది.

"సార్...ఇతను.. సబ్ రిజిస్ట్రార్ ఆఫీసులో గుమస్తాగా చేస్తున్నాడు. గతసంవత్సరం నుంచి ఒకరినొకరం ఇష్టపడుతున్నాం.. కులాలు వేరు.. అయినా చేసుకుందామనుకుంటున్నాం.. మా అమ్మ గవర్నమెంట్ ఎంప్లాయే.. కాని... మనిషి

మరీ పాతకాలలంది.. వారిని నేను మార్చను.. మార్చలేను.. కాని.. నాకు కూడా నా జీవితం ముఖ్యమే కదా సార్. ఈ నెలాఖరున రిజిస్టర్ మేరేజ్ చేసుకుందామనుకుంటున్నాము. మీకన్నా నమ్మదగిన... మంచి వ్యక్తి నాకెవరూ తెలియదు సార్.. మీరో సాక్షి సంతకం చేయగలరా సార్" అంది.

"తప్పకుండా.. గుడ్.. మంచిపని చేస్తున్నావు. మరి మీ అమ్మగారు.. నాన్నగారు బాధపడతారేమో.." అన్నాను. సందేహంగా.. నాకు ఓ కూతురుంది మరి....

'లేదు.. సార్... ఆలోచించుకున్నాకనే ముందడుగు వేసాం. వారంతా డబ్బు మనుషులు సార్.." అని మెల్లగా వస్తున్న కన్నీటిని తుడుచుకుంది.

అతను.. మౌనంగానే మా ఇద్దరిని పరికిస్తున్నాడు.

'సరే.. ఎప్పుడు రావాలి.' అన్నాను.

"చెబుతాను సార్.. వస్తాన్ సార్. థ్యాంక్యూ వెరీమచ్."

'వస్తాను సార్'.. అన్నాడు ఆ వ్యక్తి.. అతని పేరు మనోహర్ అని జ్యోతి చెప్పింది. అతను కూడా ఈ బ్యాంక్ ఖాతాదారుడేనట. ఇక్కడే వారి పరిచయం కలిగిందట. అతనికి.. భాగం లేదు.. ఏక్సిడెంట్ లో పోయిందట. మూడు చక్రాల మోటార్ సైకిలుందిట. లోన్ మీద ఈ బ్యాంక్లోనే తీసుకున్నాడట. జ్యోతి చెప్పింది విన్నాకా.. నాకాశ్చర్యం వేసింది. చిత్రం. వారి ముఖాల్లో ఏదో ఆనందం.

ఎందుకో..?

వారం తరువాత తెలుసుకున్నాను. ఆనందం అంటే ఏమిటో.. దానికి మూలం ఏమిటి... వారం తరువాత.. నా భార్య, పుట్టింటికి వెళ్ళింది.. వాళ్ళ అన్నయ్య కొడిక్కి పెళ్ళి సంబంధం కోసమని. నేను... టి.వి. చూస్తున్నాను. తెలుగు ఛానల్స్ చూడను. దిక్కుమాలిన సీరియల్స్ లోని సెంటిమెంట్ నాకు చిరాకు.. ఓవరాక్షన్...

ఓ ఇంగ్లీష్ చానల్ చూస్తున్నాను. దక్షిణాఫ్రికాలో మారుమూల ప్రాంతంలోని ఒక తెగమీద పరిశోధనలు చేస్తున్నది అమెరికాలోని ప్రముఖ విశ్వవిద్యాలయ పరిశోధకులు బృందం ఏదైనా ఒకజాతి ఇతర జాతులతో కలసి క్రొత్త విధానాలను తమలో నెలకొల్పుకోలేకపోతే.. ఆ జాతి కాలగర్భంలో కలిసిపోతుందన్నది వారి పరిశోధన సారాంశం. కనుక ఆ తెగవారికి మనజాతి.. ఆధునిక జాతి.. నాగరికతను పెంచుకున్న జాతి అభివృద్ధిని పరిచయం చేసి.. సంస్కరించాలనేది ఆ బృందం

లక్ష్యం.

పరిశోధనలో భాగంగా.. కొంతమంది యువతి యువకుల కోసం పోటీ నిర్వహించారు. వందమందిని ఒక చోటకు చేర్చి.. వారు కలలో కూడా ఊహించలేని స్వీట్స్ ను ఒక పెద్ద వృక్షం దగ్గర గుట్టగా పోసారు. పోటీలో పాల్గొన్న వారిని చెట్టు చుట్టూ నూరు మీటర్ల దూరంలో వృత్తాకారంలో నిలుచోబెట్టారు. 'మీలో ఎవరు ముందుగా చెట్టు దగ్గరకు చేరుకుంటారు వారు అక్కడ ఉంచిన స్వీట్స్ మొత్తం తీసుకోవచ్చన్నారు" నిర్వాహకులు. యువతీ యువకులంతా శ్రద్ధగా విన్నారు. విజిల్ వేసారు పోటీ ప్రారంభసూచనగా...

పోటీదారులు ఒక్కరు కూడా ముందడుగు వేయలేదు...

క్షణాలు.. నిమిషాలు గడుస్తున్నాయి...

పరిశోధక బృందం ఆశ్చర్యపోయింది...

కొంత సమయం తరువాత...

ఆ గిరిజన యువతీ యువకులంతా వారి సంప్రదాయ జానపద గీతాన్ని ఆలపిస్తూ... పాటకు అనుగుణంగా నృత్యం చేస్తూ...

ఒకరి చేతిని మరొకరు పట్టుకొని.. అదే వృత్తాకారం కదులుతూ.. అందరూ.. చెట్టు మొదలుకు ఒకేసారి చేరుకున్నారు.

స్వీట్స్ నందుకొని, పంచుకొని.. ఆనందంగా.. నవ్వుతూ.... తుళ్ళుతూ... తినసాగారు..

పరిశోధకులు విస్తుపోయారు....

గిరిజన తెగకు చెందిన ఒక యువకుడు ముందుకు వచ్చి.. "మేము పోటీలో పాల్గొనలేదని మీరనుకోవద్దు... ఒకరినొకరు సహకరించుకుంటూ పాల్గొన్నాం. ఒక్కరే గెలిచి స్వీట్స్ తీసుకొని తింటే ఆనందం ఏముంది.. ఇప్పుడు మేమందరం గెలిచాం.. మేమంతా ఆనందంగా ఉన్నాం.. దీనినే మా భాషలో ఉబాంటా అంటాం' అని అన్నాడు.

అందరికి.. ఓ జీవిత సత్యం అర్థమయింది. ప్రోగ్రాం చూస్తున్న నాకు కూడా..!

టి.వి. ఆఫ్ చేసాను. సమయం.. రాత్రి పదికావస్తున్నాది.

నాగరికత.. ఆధునికత అనే పదాలకు కొన్ని వేల కిలోమీటర్ల దూరంలో... అటవీ ప్రాంతంలో.. అభివృద్ధి తెలియని ఓ ఆటవిక తెగ మానవీయత కోణంలో కష్టసుఖాలు పంచుకుంటూ.. ఆనందంగా ఉంటున్నారు. ఆ జాతి నుంచి ఆ లక్షణాలను మనజాతిలో కలుపుకోకపోతే.. క్రమంగా.. ఈ జాతికూడా.. అంతరించిపోయే ప్రమాదం ఉందేమో?

మనం కూడా 'ఉబాంటా' లక్షణాన్ని అన్వయించుకోవాలేమో?

సెల్ రింగ్ అవుతున్నాది.. చూసాను.. జ్యోతి.. ఈ సమయంలో..?. ఆన్ చేసాను.

"సార్.. ఆ ముసలాయన.. మా ఇంటికి వచ్చాడు సార్.. ముసలావిడని హాస్పిటల్లో జాయిన్ చేయాలిట.. డబ్బులు అవసరమన్నాడు.. సార్.. మనోహర్ ని అడగవచ్చు.. కాని.. నాకెందుకో నచ్చదు సార్.. ఓ పదివేలు సర్దగలరా సార్.. ఇలా అడుగుతున్నందుకు మరోలా అనుకోవద్దు సార్.. నా జీతం రాగానే.. మీ అకౌంట్లో వేసేస్తాను. సార్.." అంది ప్రాధేయపడుతూ.

ముక్కుముఖం తెలియని ఓ ముసలాయన కోసం.. ఎందుకీమెకు తపన..?

'అవసరం లేదు.. ఖర్చు మొత్తం నేను భరిస్తాను.. ఏర్పాట్లు నువ్వుచూడు' అన్నాను... జ్యోతి కన్నా నేను బాగా డబ్బున్నవాడినే.. ఆ మాత్రం సహాయం చేయగలను.. ఈ మార్పు నాలో శాశ్వతం చేయమని దేవున్ని ప్రార్థించాను. తమ్ముడికి.. అన్నయ్యకు.. ఫోన్ చేసాను.. ఆస్తి పంపకాలు కోసం... భూమి... ఇంటిని.. జ్యోతి పేరున అమ్మి... ఆ డబ్బు నేనే సర్దుతాను.. జ్యోతి నా మాట కాదనదనే నమ్మకం.. ఆమె మీద విశ్వాసం నాకున్నాయి.. నేనే వారికిస్తాను.. అమ్మానాన్నలు ఉన్నంత వరకు.. అక్కడే.... ఆనందంగా ఉంటారు.. తరువాత నావి...

అవును.. 'ఉబాంటా' అంటే చెప్పలేదు కదా... మానవత్వం...

ఇదీ ఒక పద్ధతే... !

"మనం ఒక పెళ్ళికి వెళదాం వస్తావా..." అన్నాను నేను మిత్రుడు సదాశివంతో... అతను సమాధానమివ్వలేదు...

అతని మౌనం వెనుక నిశ్శబ్దం నాకు తెలుసు...

క్షణం తరువాత... 'పద' అన్నాడు... ఇద్దరం బయలుదేరాం. ఇంట్లోకి వెళ్లి వాళ్ళ ఆవిడకి చెప్పి వచ్చాడు. మధ్యాహ్నం భోజనానికి రామని ఆమెకి చెప్పాలి గా...

సమయం ఉదయం పది గంటలు కావస్తుంది... కారులో బయలుదేరాం... ఏ. సీ. కారు... చల్లగా ఉంది.. సువాసనతో కలిసి..

మా సదాశివానికి నూజివీడు, విశాఖలో మామిడి పల్ప్ పరిశ్రమలున్నాయి.. ఒకర్తె కూతురు.   ఈ మధ్యనే పెళ్లి కుదిరింది.. ఆ బిజీలోనే ఉన్నాడు.. యాభై లక్షలు ఖర్చు అని చెప్పాడు. నాకాశ్చర్యం వేయలేదు. పెళ్లికి ఇంకా రెండు నెలల సమయముంది...

'ఎక్కడ పెళ్లి' అన్నాడు.. 'ఓ ఆధ్యాత్మిక సమాజం'లో... అన్నాను.

'ఎవరిది పెళ్లి'... అన్నాడు... నేను చెప్పాను. మా ఇద్దరి కామన్ ఫ్రెండ్ ది కాదు. మా అధికారి... కొడుకుది...

మా వయసుఏభైయిలు దాటింది. మా స్నేహానికి మూడున్నర పదుల వయసుంది. మా మధ్య ఏదైనా చెప్పుకునే చనువుంది..

"ఎంతవరకు వచ్చాయి పెళ్లి పనులు" అన్నాను.

"అవుతున్నాయి.. డబ్బులుంటే పనులు వాటంతటవే అయిపోతుంటాయి. మనుషులు సహితం తొందరగానే మన మాట వింటారు. కాకపోతే కమిషన్స్ కూడా అలానే తీసుకుంటారు. రహస్యంగా" అతని వ్యాఖ్యానం వెనుక ఆగ్రహం నాకు తెలుసు.

"తప్పదు లక్షల పైన వ్యవహారం కదా"

కారు నిశ్శబ్దంగా ప్రయాణిస్తున్నది.. నేను పెళ్లి కార్డు లోని అడ్రస్సు ముందే చెప్పాను.. విశాఖపట్నంలో మధురవాడ నుంచి గాజువాక వరకు ప్రయాణం అంటే అదో నరకం.. సహనానికి పరీక్ష. మేము దాదాపుగా.. ఎయిర్ పోర్ట్ వరకు వెళ్లాలి.

"పెళ్లి కోసం కోట్లు ఖర్చు ఎందుకు చేస్తారసలు" నా సందేహాన్ని అడిగాను.

"స్టేటస్ కోసం.. పిల్లల ఆనందం కోసం.. సంతృప్తి కోసం.." నా మిత్రుడు సీరియస్ గా రోడ్డు వైపు చూస్తూ డ్రైవ్ చేస్తున్నాడు.

"బావుంది... పెళ్లి అనేదే మనకోసం కాదా... ఖర్చులు తగ్గించుకోలేమా... బంధు వర్గంలో ప్రచారం కోసమా పిల్లల పెళ్లి ... మన వివాహాలు ఎలా జరిగాయి... అక్కడ కూడా ఆనందమే కదా ప్రధానం" అన్నాను.

ఒక్క క్షణం... నా ముఖంలోకి సూటిగా చూసి... చిన్నగా నవ్వి

"ప్రతిరోజూ క్రొత్తదనం కోసం తపించే జడ్ జనరేషన్ కాలమిది. మన వివాహాల ఖర్చు ఆ రోజుల్లోనే వేలలో అయింది. కానీ.. వందల సంవత్సరాలకు మిగిలే సంతోషం మనది. కానీ... ఇప్పుడు నా పెళ్లి ఇంత ఘనంగా జరగాలని పిల్లలే డిసైడ్ చేస్తున్నారు. ఎలా కాదనగలం..." అతని మాటల్లో 'షాడి' నేను గుర్తించాను..

"సింపుల్ గా వివాహం చేసుకుంటే ఎవరైనా కాదనగలరా?" నా ప్రశ్న

"ఎవరూ కాదనరు.. కానీ.. తిండి కూడా పెట్టలేదేమోనని.. ఎవరు రారు.. వ్యక్తిగత ఆదర్శాలకు.. వ్యక్తుల ఆలోచనలకూ వివాహమనేది ఓ వేదిక. కనుక ఖర్చు అవసరమే.."

"నిజమే... కానీ... వృధా కూడా బాగానే జరుగుతున్నదిగా... పదేసి రకాల తిండ్లు.. ఫలహారాలు.. డెకరేషన్.. ఇలా అవసరానికి మించి ఖర్చు... పెళ్లికి ముందు మూడు నాలుగు రోజులు గానా భజానాలు అవసరమా..." అనేది నా సందేహం...

గాజువాక దగ్గరలో.. ఒక పెట్రోల్ బంకు దగ్గర పెట్రోల్ కోసం కారు ఆపాడు... ఇద్దరం దిగలేదు... పెట్రోల్ పోసే అమ్మాయి డోర్ కొట్టింది.. అద్దం కొద్దిగా క్రిందకు దింపి 'ఎంత' అని అడిగింది.. 'ఫుల్ ట్యాంక్' అన్నాడు నా మిత్రుడు. ఈలోగా నలుగురు ఐదుగురు అమ్మాయిలు కారు దగ్గరకు వచ్చి వారి వారి ప్రోడక్ట్ కొనమన్నారు. వాడికిది అలవాటే... వద్దన్నాడు... వాళ్లు వెళ్లిపోయారు పెట్రోల్ కు బిల్లు చెల్లించి బయలుదేరాం...

"నిజానికి మనం వెళ్ళింది పెట్రోల్ కోసం. కానీ... ఆ ప్రొడక్ట్స్ అనవసరం. అవి... ఇటువంటి బంకుల దగ్గర అనవసరం కూడా... కానీ.. ప్రచారం.. అంతే... అందరికీ తెలియాలి... కనీసం రోజుకు పది మంది కొన్నా... లక్షల్లో లాభం కంపెనీలకు" జనాంతికంగా చెబుతూ డ్రైవ్ చేస్తున్నాడు మా వాడు..

"అదిగో... అక్కడ రైట్ తీసుకో" అన్నాను – వాడి భావం నాకర్థమయింది.

"సరే.." కొన్ని నిమిషాల తర్వాత... కారును ఒక భవనం ముందు ఆపాడు.. ఇద్దరం దిగాము...

"ఎక్కడ పెళ్లి... ఇక్కడేనా... హడావుడి లేదు.." అన్నాడు నా మిత్రుడు... నా వైపు చూసి... 'పద' అన్నాను... ఇద్దరం ఆ ఇంటిలోకి వెళ్ళాం.. సింపుల్ గా ఉంది.. పెళ్లి మండపం... సంప్రదాయబద్ధమైన అలంకరణ. మామిడాకులతో తోరణాలు, అరటి చెట్లు, లవండర్ చిలకరింపులు... ఆత్మీయమైన పిలుపులు... ఎనాళ్ళయింది.. ఇటువంటి పెళ్లి చూసి... అందరూ కలిపి అరవై మంది వరకు ఉంటారు... పెళ్లి కుమారుడు తండ్రి నాకు అధికారి. గ్రూప్ వన్ ఆఫీసర్. మంచివాడు.. ఓ "ఆధ్యాత్మిక" సమాజంలో సభ్యుడుగా ఉన్నాడు. నిజాయితీగా పని చేస్తాడు. ఆస్తులను కూడబెట్టలేదు. కొడుకు, కూతురు ఉన్నారతనికి. కూతురు కూడా గవర్నమెంట్ ఆఫీసర్. కొడుకు సి.ఏ. గా చేస్తున్నాడు ఓ గవర్నమెంట్ ఫర్మ్ లో.

"ఇంత అధికారం, హోదాలుండి.. ఇంత సింపుల్ గా పెళ్లేంటి" అన్నాడు నా మిత్రుడు..

"పెళ్లి... 'సమాజం' నియమ నిబంధనలను అనుసరించి జరుగుతున్నది. అంత సింపుల్ గా నేటి కాలంలో... అది కూడా అవినీతికి కేరాఫ్ అడ్రస్ గా ఉన్న ప్రభుత్వ ఆఫీసర్స్ ఉన్న కాలంలో... వచ్చిన వారందరూ... "ఆ...నం...దం...గా"... ఉన్నారు. మనస్ఫూర్తిగా 'న...వ్వు...తు...న్నారు'. ఎక్కడా కృత్రిమత్వం.. హిపోక్రసి లేదు...

భోజనాలకు రమ్మన్నారు... నేను... నా మిత్రుడు బయలుదేరాము.. ఓ అరవైమంది... వధూవరులతో సహా క్యూలో నిలుచోలేదు.. అందరూ... నేలపై కూర్చున్నారు... అరటి ఆకులు వేశారు.. అన్నం వడ్డించేశారు.. క్రమశిక్షణాయుతంగా... చిన్న ప్రార్థన వంటిది చేయించారు స్వామీజీ... అందరిని భోజనం చేయమన్నట్టుగా.. చేయి ఊపారు.. నేను ఆకు వంక చూశాను. పూర్ణం బూరె, పులిహోర, వంకాయ కూర, పప్పు.., తెల్లని అన్నం.. వేడిగా.. ప్రక్కన ఎర్రని

ఆవకాయ.. ఓ అరటిపండు.. క్షణం తరువాత... వేడి వేడి నేయి... వేసారు...బాగుంది..

నా మిత్రుడు ముఖంలో ఆనందంతో కూడిన ఆశ్చర్యం...

"కావలసినంత తినండి. ఏమి కావాలన్నా అడగండి. ఇది మీ అందరి సహకారంతో జరుగుతున్న విందు. కావలసినంతగా తిందాం. వృధా కానీయద్దు. మొహమాట పడవద్దు. ఏమి కావాలన్నా అడగండి. స్వామీజీ అనుగ్రహ భాషణ... చివర్లో గడ్డ పెరుగు వేశారు. నా మిత్రుడు ప్రశాంతంగా తినటం నేను గమనించాను. వడ్డనలు చేసేవారు కొసరి కొసరు వడ్డించారు. క్యూలో ప్లేట్స్ పట్టుకొని అడుక్కునే వారిలాగా లేదు ఇక్కడ. అందరం 'క..లి..సి.. తిన్నాం'... 'మన' అనుకున్న వారినే పిలిచారు...

పెళ్లి ఎంతో చక్కగా జరిగింది... అక్షింతలు దగ్గర నుంచి అరుంధతి వరకు సంప్రదాయ బద్ధంగా.. నిరాడంబరంగా జరిగింది. తలంబ్రాలుగా బియ్యాన్ని తలపై పోశారు... రంగురంగుల ప్లాస్టిక్ బిళ్ళలు లేవు. లక్షలు విలువ చేసే పూల డెకరేషన్స్ లేవు. దైవ సన్నిధిలో.. దైవం చేసుకునే వివాహంలా జరిగింది. అధికార దర్పాలు లేవు. అసహజ సన్నివేశాలు లేవు.. అనవసరం వృధా కూడా లేదు.. అయినా పెళ్లి ఘనంగా జరిగింది... ఎక్కడ 'పుస్తకం' పట్టుకొని ఎవరూ కూర్చోలేదు. బహుమతులు ఇవ్వలేదు... తీసుకోలేదు...

నేను... నా అధికారి... అనగా పెళ్లి పెద్ద వద్దకు వెళ్లి నమస్కరించి.. సెలవు కోరాను... ఆయన అంతే అభిమానంగా వధూవరులతో ఫోటో తీయించి... నా మిత్రుడిని ఆప్యాయంగా పలకరించి, ఒక గులాబీ చేతికిచ్చి.. "మనం ఈరోజు నుంచి మిత్రులం... మీరెప్పుడైనా మా ఇంటికి రావచ్చు.. మీరు సకుటుంబంగా మా ఇంటికి రావాలి... వస్తారు కదా.." అన్నారు. నా మిత్రుడు ముఖంలో నిజమైన 'సంతోషం'...

ఇద్దరం బయటకు వచ్చి.. కారెక్కాం... "ఈ పెళ్లి నిజంగా అద్భుతం. ఎక్కడా ప్రచార్భాటం లేదు.. అభిమానాలు.. ఆత్మీయతలే ఉన్నాయి... అసలు పెళ్లి ఇలా కూడా చేయవచ్చని నాకు తొలిసారిగా తెలిసింది.." అన్నాడు..

ఇద్దరం ఇంటికి చేరుకున్నాం... పెళ్లిలో ఒక మాట విన్నాను... స్వామీజీ... "ఇతరులు మారాలని కోరుకొనే ముందు నిన్ను నువ్వు మార్చుకోవటం ఎంత కష్టమో ముందు నువ్వు గ్రహించాలి" అన్నారు. అది నాకు నచ్చింది.. ఇంతకీ.. ఈ పెళ్లికి ఎంత

ఖర్చు పెట్టారు ...కనీసం ఒక లక్ష ఉంటుందా..” అన్నాడు నా మిత్రుడు కారు లాక్ చేసి... డోర్ తీసి దిగుతూ...

నేను సన్నగా నవ్వుకొని ‘ఇరవై వేలు...’ అన్నాను...

అతని ముఖంలో ఆశ్చర్యం...

“అవును... అంతే... అంతకు మించిన ఖర్చుకు స్వామీజీ అనుమతివ్వరు...” అన్నాను...

“మరి భోజనాలు... అవి...”

“అవా... కొంతమంది... మిత్రులు స్వామీజీని ఒప్పించి, ఏర్పాటు చేశారు... వాటిని కూడా ‘సమాజం’లో లెక్కలు, చూపించి, చందాలు తీసుకోవడం నచ్చదు...”

మేము లిఫ్ట్ లోకి చేరుకున్నాము...

“ఈ కాలంలో అటువంటి అధికారులు ఉండటం గ్రేట్. ఎంతో ఆనందంగా నాతో కలిసిపోయారు.. ముఖ్యంగా నా ‘గురించి’ ఏమీ అడగలేదు... మన పెళ్లిలో ఎంతోమంది వారి వారి ఆర్థిక స్థితిగతులను బట్టి గుంపులు, గుంపులుగా కూర్చోవడం నాకు తెలుసు. అలా లేదక్కడ..” నా మిత్రుడి వ్యాఖ్యానం

“ఎలా..” అన్నాను

“కారు.. బిల్డింగ్స్... ఆస్తిపాస్తులున్న వారంతా ఒక గుంపుగా, ప్రభుత్వ ఉద్యోగాలు, హోదాలున్న వారంతా ఒక గుంపుగా ఇలా... వారి వారి ఆర్థిక స్థాయిననుసరించి కూర్చుంటారు.. ఏది ఏమైనా.. నాకిది ఓ కొత్త అనుభవం సుమా...ఏదో నేర్చిన అనుభవం కలిగింది..” అన్నాడు...

వాడిలో ఓ క్రొత్త ఆలోచన కలిగిందని నాకర్థమైంది... తృప్తి మిగిలింది.

(ఒక ఐ.ఏ.ఎస్. అధికారి తన కుమారుడి పెళ్లి కేవలం పద్దెనిమిది వేల తో చేశారనే వార్త చదివి)

అమ్మడు కాఫీ హోటల్

“ఒక స్త్రీ యొక్క అందం ఒక పురుషుడు ఆమెను మెచ్చుకునేలా చేస్తుంది. కానీ, ఒక స్త్రీ గెలుపు ఆమెను ఆనందించేలా చేస్తుంది. ఒక స్త్రీ యొక్క ‘ఒద్దిక’ ఒక పురుషుడు ఆమెను అభిమానించేలా చేస్తుంది. ఒక స్త్రీ యొక్క వ్యక్తిత్వం– ప్రపంచం ఆమెను అభినందించేలా చేస్తుంది…” ఈ వ్యాఖ్యానం… తునివలస గ్రామంలోని ‘అమ్మడు’ని తలచుకున్నప్పుడల్లా నాకు గుర్తుకు వస్తుంది..

ఆమె అంత గొప్పదా.. అని మీరు ప్రశ్నిస్తే… ఏమో… నా వరకు నాకు అంతే.. అని జవాబు చెబుతాను…

ఆమె గురించి మీకు చెబుతాను.. ఆ తరువాత మీ ఇష్టం…

★★★

“మన గ్రామదేవత పండుగలు ఈనెల ఇరవై నాలుగు, ఇరవై ఐదు తేదీల్లో జరుపుదామనుకుంటున్నాము. నువ్వు తప్పకుండా రావాలి బావ..” ఇది ఫోన్ చేసి మా చిట్టి బావ నాకు చెప్పిన మాటలు.

నేను ప్రతీ సంవత్సరం.. వెళుతుంటాను.. వాడు ప్రతీ సంవత్సరం పిలుస్తుంటాడు.. వాడు పిలవకపోయినా నేను వెళతాను..

తునివలస….. విజయనగరం నుంచి సింహాచలం వెళ్లే దారిలో ఉంది.. ఒక విధంగా లూపు లైన్లో ఉంది.. కానీ.. ఆర్టీసీ వారు ఓ నాలుగు సంవత్సరాలుగా… ఆ మార్గంలో ఉదయం ఐదు నుంచి రాత్రి పది వరకు బస్సులు త్రిప్పుతున్నారు. ఈ గ్రామానికి పదిహేను కిలోమీటర్ల దూరం పద్మనాభం కొండ ఉంది… ప్రక్కన పొంత్యాం ఉంది. ఇక్కడ కృష్ణదేవరాయలు వేయించిన విజయ శాసన స్థూపముంది.

పచ్చనిగ్రామం…. చుట్టూ తోటలు.. పొలాలు.. ఒకవైపు కొండ.. గ్రామం పొలిమేరలోనే బంగారమ్మ తల్లి గుడి ఉంది.. మా అమ్మ గారిది ఈ ఊరే.. ఇది మా తాతగారిల్లు..

అమ్మవారి పండుగ అనగానే నేను పాతికేళ్లు వెనక్కి వెళతాను.. ఆ ప్రయాణం నాలో పూర్వపు ఉత్సాహాన్ని, ఉత్తేజాన్నిస్తుంది... చెరువులో గెంతటం.. వేసవి సెలవుల్లో తాటి ముంజులు బ్రొటన వ్రేలితో గోక్కొని తినటం.. లేలేత మామిడి ముక్కలు కారం, ఉప్పు పౌడర్లో నంజుకు తినడం... రాచిప్పలోని దబ్బాకుల తరవాణి అన్నం... లాంతరు వెలుగుల్లో జరిగిన చీకటి ముచ్చట్లు... రాధ.. చిన్నతల్లి.. బాల.. రమణ.. బంగారం.. జగదీష్ లతో సరదాలు.. మా పెద్దత్త కోపంతో చూపిన ప్రేమాభిమానాలు... చిన్నత్త అభిమానంతో పెట్టిన ఉప్మా.. బూరెలు.. అబ్బో.. అవన్నీ.. టేప్ రికార్డర్ కి రివైండ్ చేసుకునే స్విచ్ ఉన్నట్టుగా జీవితానికి కూడా ఉంటే..? తునివలస అగ్రహారంతో నా అనుభవాలను కూడా రివైండ్ చేసుకునే వాడిని.

'సార్.. వచ్చేసాం.. దిగండి...' విజయనగరంలో నాతోపాటు ఎక్కిన.. నేను తెలిసిన.. నరసింహం.. తట్టి లేపే వరకు.. నేను ఆ జ్ఞాపకాలతోనే ఉండిపోయాను..

బస్సు దిగాను.. ఊరినిండా లైట్స్.. రకరకాల ఆటలు.. ప్రతి సంవత్సరం వస్తున్నా.. నాకు కొత్తగానే అనిపిస్తుంది.. నేను తిన్నగా మా బావ ఇంటికి చేరుకున్నాను.. రా అన్నయ్య అని పిలిచింది.. చిట్టి బావ భార్య... మేనల్లుడు.. మేనకోడలు.. వారి పిల్లలు.. అంతా ఇల్లు సందడిగా ఉంది.. పూర్వమంత కాదు... ఎక్కడో ఏదో వెలితి...

లక్షలు ఖర్చు చేస్తున్నారు... లక్షణమైన మనుషులు గ్రామంలో కరువయ్యారు.. బెల్టు షాపులు ఎక్కువయ్యాయి... స్త్రీ పురుషులు సమానంగానే త్రాగుతున్నారు.. రాష్ట్ర ఆర్థిక పురోభివృద్ధికి ఇతోదికంగా దోహదపడుతున్నారు.. గ్రామాలు ఆవిధంగా ముందుకెళుతున్నాయి.

మా బావకు ఈ ఇల్లు ఎలా వచ్చిందో నాకు తెలుసు.. అయినా ఆ జాగాలో మంచి మేడ కట్టుకున్నాడు.. నేను స్నానం చేసి, టిఫిన్ చేసి.. బయటకు వచ్చి కూర్చున్నాను..

అప్పుడే ఒక ముసలాయన వచ్చాడు.. వయసు డెభై, ఎనభై మధ్య ఉండవచ్చు... నా ముందుకు వచ్చి.. ముఖంలో ముఖం పెట్టి

"నువ్వు.. మా అన్నపూర్ణ కొడుకువి కదా" అన్నాడు.. నోట్లోంచి లైట్ గా బ్రాందీ వాసన..

"అవును... ఆఖరి వాడిని" అన్నాను.. గౌరవంగా లేచి..

ఇంతలో లోపల నుంచి బావ వచ్చి.. "ఏంటి మల్లేసు.. ఇలా వచ్చేవు" అన్నాడు.. పండగ కదా.. అన్నయ్య గారి కోసం వచ్చాను.." ఆ ఏజ్ వారు 'అన్నయ్య' అని మా మామయ్యని పిలుస్తారు.. కానీ.. మామయ్య చనిపోయి రెండేళ్లు అయింది.. కానీ.. ఇప్పుడు వచ్చింది.. మా పెద్ద బావ రమణ కోసం.. రమణ రాలేదు.. ఈసారి పండుగకు.. మల్లేసుకు కావలసిన డబ్బులు ఇచ్చి పంపేశాడు . చిట్టి

"అతనెవరో తెలుసా..." అన్నాడు

"తెలీదు.. గుర్తుకు రావడం లేదు" అన్నాను

"అమ్మడు మొగుడు.. అమ్మడి ఆస్తంతా ఉన్న ఒక్కగానొక్క కొడుకు తన పేరున రాసేసుకున్నాడు.. తండ్రికి తిండి పెట్టడం కూడా వాడికి కష్టమే.. వృద్ధాప్య పెన్షన్ వస్తుంది... అదే ఇతడికి ఆధారం.. ఇలా మనవాళ్ళు సహాయం చేస్తుంటారు... అని చెల్లి పిలవడంతో లోనికి వెళ్ళాడు...

ఊరంతా డప్పులమ్రోత.. ఘటాలుంచిన చోట ఏవో సాంస్కృతిక కార్యక్రమాలు జరుగుతున్నట్టు ఉన్నాయి..

సమయం.. రాత్రి తొమ్మిదిన్నరకు.. ఏప్రియల్ నెల... ఉగాది తర్వాత రోజులేమో.. గాలి లేదు.. కళ్ళాపి జల్లుకొనే నేలలు... కాంక్రీట్ రోడ్లుగా మారిపోయాయి... చక్కని తాటాకులు ఇళ్ళు మేడలైపోయాయి.. పచ్చని పొలాలు... ప్లాట్స్ గా రూపాంతరం చెందాయి.. కేబుల్ వైర్లు.. మద్యం షాపులు.. అనైతిక విధానాలు.. విలువల లేమి.. రామాలయం కూడా.. అద్భుతంగా కడదామని కూల్చేశారు.. విగ్రహాలు ఎక్కడ పెట్టారు...

పచ్చని నా గ్రామం.. అభివృద్ధితో ఎండిన... ఎండలను మండిస్తున్న పల్లెకు పోదామని ఎలా అనుకోవాలి...

నా ఆలోచనలు.. అమ్మడు దగ్గర ఆగిపోయాయి..

పాతిక సంవత్సరాల క్రిందకు వెళ్లాను..

★★★

తుని వలస... వందన్నర గడపల గ్రామం.. కరెంటు లేదు.. అన్ని తాటాకు గుడిసెలే.. ఎక్కువ బ్రాహ్మణ కుటుంబాలు.. ఒకటి అరా మిగిలినవారు... ఒకే ఒక టిఫిన్ కొట్టు... అదే అమ్మడు కాఫీ హోటల్... మా తుని వలస అగ్రహారానికి... రెండే రెండు బస్సు సర్వీసులు వేపాడ బస్సు, రామకృష్ణ బస్సు.. రోజుకు నాలుగు

సార్లు.. విజయనగరం.. విశాఖపట్నం మధ్య నడిచేవి... రాత్రి ఎనిమిదిన్నర వరకు చివరి సర్వీసు... ఆ తర్వాత రావాలంటే చిన్నాపురం జంక్షన్ వద్ద దిగి.. అడవిలాంటి ఆ మార్గం గుండా నడిచి రావాలి.. అమావాస్య రోజులైతే కష్టమే...

అప్పటి నా వయసు ఇరవై రెండు.. భయంలేని తత్వం.. పీ.జీ. పూర్తి చేసిన ఉత్సాహం... ఒకసారి వేసవి సెలవులకు తాతగారి ఊరు బయలుదేరాను.. విజయనగరం చేరే సరికి ఎనిమిదయింది.. తెగింపు.. వలన చిన్నాపురం జంక్షన్ వరకు వెళ్లి.. నడక ప్రారంభించాను. చీకటి.. సన్నని గాలి.. ఏదో తెలియని ధైర్యం.. మెల్లగా నడుస్తున్నాను.

సన్నగా ఏదో అలికిడి.. ప్రక్కనున్న తోటలో నుంచి.. ఈ తోటలు కొన్ని అనైతిక కార్యక్రమాలకు నిలయమని మా బావలు చెప్పిన దెయ్యాల కథలు గుర్తుకు వచ్చాయి... ఆసక్తి స్థానంలో భయం.. ఎవరివో అడుగుల శబ్దాలు.. మాటలు.. నవ్వులు... భయం పెరిగింది... ఆగిపోయాను...

చీకటిలో నుంచి రెండు ఆకారాలు.... ఒకటి మళ్ళీ చీకట్లో కలిసిపోయిన మగ ఆకారం... రెండోది నాకు దగ్గరగా వచ్చింది...

"భయమెద్దు బిడ్డ... నువ్వు మా అన్నపూర్ణ బిడ్డవి... దా... కలిసి పోదాం... అవును.. ఈ వేళయిందేమిరా..." అంది.. నేను చెప్పాను... ఆమె.. నన్ను.. దగ్గరగా తీసుకొని... చంకనున్న గంపలో నుంచి బన్ రొట్టిచ్చి... "తినురా...బాగుంటది..." అంది.. ఆమె తల్లిలా నా ఆకలి తీర్చింది.. అమ్మమ్మలా భయం వదిలించింది.. అక్కలా నా చేయి పట్టుకుని... ఆ రాత్రివేళ ఇంటికి చేర్చింది... 'ఒసేయ్ పూర్ణ... ఇదిగో... నీ చదువుకున్న కొడుకు... కాస్త దిష్టి తీయి చెల్లి..."

అమ్మ నన్ను లోపలికి తీసుకు వెళ్ళింది....

★★★

మరుసటి రోజు ఉదయం... పది గంటల సమయం....

"అమ్మా అన్నపూర్ణ.. రామ్మా మంచి కూరలున్నాయి... రా చెల్లి.." అని గుమ్మంలో నుంచి కేకలు... అమ్మ కట్టెల పొయ్యి మీదనున్న అన్నం గిన్నిపై మూత పెట్టి... వచ్చింది... "ఏమున్నాయి అక్క...." అంది.. "అన్ని ఉన్నాయి...ఇంద.. తీసుకో..." అని గంపలోని వంకాయలు, దొండకాయలను నేలమీద పోసింది...

"వెళ్ళిపోయింది...

"ఆమె... అమ్మడులే.... నోరు దురుసు... చేయి దురుసు కూడా... చూశావుగా మనిషిని... రౌడీ వేషం... కానీ... మంచిది... నువ్వే నిలబడాలని ఎవరు సహాయం కోసం అడిగినా.. దేవుడునైనా ఎదిరిస్తుంది.. కానీ.. ఆమె మీద రకరకాల పుకార్లున్నాయి.. ఎవరితోనో రాత్రులు... చిన్నాపురం తోటల్లో... "సర్లే... వెళ్ళు... నీ పని చూసుకో..." అని మాట మార్చింది..

నాకు తెలుసు... నేను చూసాను... కాని.. అమ్మకి చెప్పలేదు..

ఒక స్త్రీ తన విలువల్ని కోల్పోవడానికి ఎన్నో పెద్దపెద్ద కారణాలు ఉండవచ్చు. అవి కేవలం పురాణాల్లోనూ, పాఠకుల్ని మెప్పించడానికి వ్రాసే నవలల్లోనూ మాత్రమే చదువుతాం.. నిజజీవితంలో అన్ని కారణాలవసరం ఉండదు...

ఆ సాయంత్రం... రోడ్డు మీదకు షికారుకు వెళ్లాను... ఏమీలేని ఆనాటి పల్లె అది.. చీకట్లు ముసురుకుంటున్నాయి...

రోడ్డుకి ఎడమవైపు.. చిన్న.. 'పాకా విలాస్'... దానికి పేరు లేదు.. అమ్మడు ఉండే ఇల్లు.. కనుక అమ్మడు కాఫీ హోటల్.. అక్కడ కాఫీ దొరకదు.. కేవలం... క్రికెట్ బంతి సైజు ఉన్న ఇడ్లీలు, బొంబాయి చట్నీ మాత్రమే దొరుకుతాయి... వేడిగా...

పల్లె రాజకీయలకు... పడుచు వారి... ప్రేమ వ్యవహారాలకు... రాత్రులు.. అనేక.. రకాల.. 'కార్యకలాపాలకు' అదో కేరాఫ్ అడ్రస్సు..

అమ్మడు... అందరినీ.. అన్ని రకాలుగా.. ఎవరికి కావలసిన సహాయం వరకు చేస్తుంది... తన ప్రతిఫలం తను తీసుకుంటుంది. బాగా సంపాదించింది.. ఒక్కడే కొడుకు..

ఒకరోజు... మా చిట్టిబావ అమ్మడు దగ్గరికి వెళ్ళాడు.. నేను వెళ్లాను.. మా మామయ్య ఇంటి ప్రక్కన ఓ పాడుబడిన ఇల్లు ఉంది.. దాని వారసులు ఎక్కడో కలకత్తాలో ఉన్నారు.. ఆ జాగా తనకు కావాలి... కలకత్తా వెళ్లాలి... ఇదంతా మామయ్య వల్ల కాదని తెలిసి.. అమ్మడిని రంగంలోకి దింపారు..

ఏం చేసిందో ఎలా చేసిందో.. తతంగమంతా కాఫీ కొట్టు కేంద్రంగా చేసింది.. రెండు రోజుల తర్వాత ఆ జాగా మా బావకు రాసేసారు.. పైసా ఖర్చు కాలేదు.. నాటి నుంచి నేటి వరకు అమ్మడంటే తెలియని వారు... ఈ జనరేషన్లో కూడా లేరు...

★★★

'ఏంటి బావా ఆలోచనలు.. దా.. టిఫిన్ చేద్దాం... తరువాత అమ్మవారు బయలుదేరితే తినలేము..." అన్నాడు చిట్టి బావ... పిల్లలంతా హుషారుగా టపాసులు కాల్చుకుంటున్నారు.. సెల్ఫీలు తీసుకుంటున్నారు...

రాత్రి వేళలో.. ఆనాడు.. ఎంతో నిరాడంబరంగా.. ఆనందంగా కలిసిమెలిసి... పెట్రో మాక్స్ వెలుగుల మధ్య దబ్బాకుల తరవాణి అన్నం.. పులిహోరలతో తిన్నదానికి.. ఈరోజు లక్షలు ఖర్చు చేసి ఎవరికి వారే యమునా తీరే అన్న విధంగా చేసుకుంటున్న దానికి ఎంత తేడా.. ఏదో వెలితి...

అన్నీ ఉన్నాయి పల్లెలో.. అయినా– "ఏమున్నదక్కో.. ఏమున్నదక్కో" అని పాడుకుంటూ పండగ అవగానే వలస తప్పదు.. మళ్ళీ ఎప్పుడో 'పల్లెకి పోదామనే' ఆశ...

అమ్మడు మాత్రం.. తుని వలస గాలిలో ఉండిపోయింది. నాడు.. నేడు.. కూడా

★★★

పండుగ అయిపోయిన మరుసటి రోజు ఉదయం... ఆరు గంటలకు.. నేను బయలుదేరి రోడ్డుకు వచ్చాను..

అప్రయత్నంగా కుడివైపు చూశాను.. రాజభవనం ను పోలిన పెద్ద భవంతి.. గేటు.. ఖరీదైన కుక్క కాపలా... కారు.. ట్రాక్టర్.. 'మహేష్' అనే నేమ్ ప్లేట్.... 'అమ్మడు కాఫీ హోటల్' ఉండే జాగాలో...

అమ్మడు... ఒక్కగానొక్క కొడుకు.... బస్సు వచ్చింది... ఎక్కేసాను... ఎవరో నా ప్రక్కన కూర్చున్నట్లు అయింది.. రాత్రి ఇంటికి వచ్చిన మల్లేసు...

బస్సు బయలుదేరింది... గాలి చల్లగా ఉంది... "ఆ రాత్రి అమ్మడు... చిన్నాపురం నుంచి తీసుకువచ్చింది...నిన్నే అనుకుంటా..." అన్నాడు నీరసంగా... దగ్గుతూ...

'అవును..' అన్నాను

'ఓహో...' అని ఊరుకున్నాడు...

నా మనసులో ఓ అస్పష్ట చిత్రం యొక్క స్పష్టమైన ఆకృతి క్రమంగా దృశ్యమానమైంది..

బస్సు వేగంగా వెళుతున్నది.. అతను నిద్రపోతున్నట్టున్నాడు...

ప్రతీ స్త్రీ చుట్టూ ఒక నైతిక విలువల లక్ష్మణరేఖ ఉంటుందనుకుంటాను... దీన్ని పురుషుడుగాని.. సమాజంగాని నిర్మించలేదు. స్త్రీ తన చుట్టూ తానే ఏర్పరచుకుంటుంది. దీని నుంచి బయటపడటం అంత సులభం కాదు....

అమ్మడు... ఇందుకు మినహాయింపు కాదు...

సరిదిద్దుకునే క్రమంలో...

సమయం... రాత్రి 8:30 కావస్తున్నది...

తిలారు రైల్వే స్టేషన్.. నిర్మానుష్యంగా ఉంది.. ఎవరూ లేరు.. స్టేషన్ మాస్టర్ నేను తప్పా.. ప్రయాణికులు ఫ్లాట్ ఫారం పై లేరు కనుక.. అవసరం కోసం ఒక్క లైట్ మాత్రమే ఉంది. మిగిలినవి ఆపేశాను.. తిలారు రైల్వే స్టేషన్ పురాతనమైనది. ఒకట్రెండు ఎక్స్ ప్రెస్ లు ప్యాసింజర్ మాత్రమే ఆగుతాయి.. ఊరంతా ముందుకుంటుంది.

నవంబర్ నెల చలి.. నాకు హాయిగా ఉంది..

ఈ ఉద్యోగంలోకి వచ్చి పదిహేనేళ్ళు అవుతుంది.. రైలులో నా జీవితం పెనవేసుకు పోయిందనిపిస్తుంది. నా మాటలు రైల్వే టెర్మినాలజీకి అలవాటైపోయాయి.. నా కుటుంబం.. నరసన్నపేటలో ఉంటుంది.. నేనొక్కడినే ఇక్కడ.. మూడు షిఫ్టులు పనిచేయాలి.. ఎందుకో నైట్ షిఫ్ట్ అంటే కొద్దిగా నెర్వస్ ఫీల్ అవుతాను...

ఫ్లాట్ ఫారం పైకి వచ్చాను.. జనసంచారం లేదు.. వెయిటింగ్ హాల్ కం టికెట్ కౌంటర్ అన్నీ ఒక్కటే.. ఎవరో సన్యాసి.. గంజాయి సారా మత్తులో పదాలు పాడుకుంటున్నాడు.. "నిశి రాత్రిలో సిలుక.. ఎక్కడికెళతావు సిలుకా.. నాలుగు దిక్కులకావాల.. నీ వాడున్నాడు సిలకా.." తత్వం బాగుంది.. లోతుగా ఉందనిపించింది.. గంజాయి మత్తులో ఒళ్ళుపై తెలియకుండా పడుకున్నాడు..

ఏదో గూడ్స్ వస్తున్నాదని పచ్చజెండా పట్టుకొని ఊపాను.. దబదబా శబ్దం చేస్తూ వెళ్లిపోయింది...

మళ్లీ నిశ్శబ్దం.. దూరంగా.. పేరు తెలియని పక్షి అరిచింది.. దాని అరుపులో విషాదముంది.. కీచురాళ్ల రొద.. ఫ్లాట్ ఫారమంతా.. చీకటి పరుచుకుంది.. జెండా.. పట్టుకుని.. లోనికి వెళ్ళబోయాను..

దూరంగా.. ఎవరో అమ్మాయి.. వస్తున్నట్టుంది.. ఫోన్ మ్రోగింది.. సూపర్ ఫాస్ట్ వస్తున్నది.. నేను అలర్ట్ అయ్యాను.. రైలు శబ్దం దగ్గరగా వినిపిస్తున్నాను.. నేను మరింత అప్రమత్తమయ్యాను.. అమ్మాయి నా దగ్గర నుంచి ఒకటో నెంబర్ ఫ్లాట్ ఫారం దాటి ముందుకు... చీకట్లోకి పరిగెడుతున్నది... నేను ఆమెకు 'అమ్మాయి.. అమ్మాయ'ని కేక వేసి పిలిచాను.. ఆమె వినిపించుకోలేదు.. నా దగ్గరున్న సహాయకుడికి చెప్పాను.. రైలు వచ్చేస్తున్నది.. వేగంగా.. నేను డ్యూటీలో లీనమైపోయాను.. రైలు అత్యంత వేగంగా వెళ్ళిపోయింది...

ఆ తరువాత ఆ అమ్మాయి కనిపించలేదు.. చీకట్లో ఎవరూ కనిపించడం లేదని... నా సహాయకుడు చెప్పాడు...

పాపం అమ్మాయి.. ఈ దశాబ్దంన్నర కాలంలో ఇటువంటివి ఎన్నో చూశాను.. కానీ.. ఈరోజెందుకో డిస్టర్బ్ అయ్యాను..

కొన్నింటిని కాలం.. మళ్ళీ మళ్ళీ గుర్తుకు తెస్తుంది.. ఎందుకో..

★★★

"మళ్ళీ పేకాటలో నాన్నగారి మందులు డబ్బులు ఓడిపోయావా" అమ్మ ప్రశ్న

శివుడు తలవంచుకున్నాడు..

అమ్మ కోపంగా వంటింట్లోకి వెళ్లిపోయింది..

పేకాట వ్యసనం.. తనకి తెలుసు అయినా.. మందుల కోసం వెళుతుంటే.. క్లబ్ లో మిత్రుడు ముఖలింగం ఒక్క హ్యాండు ఖాళీగా ఉంది రారా.. అని పిలవగానే.. ఒక్క షో ఆడి వచ్చేద్దామనుకున్నాడు.. కానీ.. అది చట్టబద్ధంగా లైసెన్సుడ్ గ్యాంబ్లింగ్ ఆడే క్లబ్.. అక్కడ కుట్రలు.. కుతంత్రాలు.. ముఖలింగం నిర్వహణలోనే జరుగుతుంటాయి. నాన్నగారి మందుల కోసం ఆయన పెన్షన్ నుంచి ఇచ్చిన నాలుగువేలు.. అన్యాయం చేసి 'శివుడు' దగ్గర నుంచి తీసుకున్నారు.. కాదు.. అతడు ఓడిపోయే విధంగా 'సిండికేట్' ఆడారు... పేకాటంటే.. కేవలం కార్డ్స్ తో ఆడే ఆట మాత్రమే కాదు.. మైండ్ గేమ్ కూడా అని 'శివుడు'కు తెలియదు.. ఆవేశంలో తిరగబడ్డాడు.. అక్కడున్న వారి చేత తన్నులు తిని నీరసంగా ఇంటికి చేరాడు..

అమ్మ సమాధానం.. నాన్న అనారోగ్యం.. బిఎస్సి చేసి.. తిరుగుబోతుగా.. జూదరిగా మారిన తన చేతకానితనం.. నిస్సహాయత.. అతడిని.. కోపంగా బయటకు వెళ్లిపోయేలా చేసింది..

అతని అడుగులు వేగంగా పడుతున్నాయి.. ఎక్కడికి.. ఏమో.. తండ్రి టీచరుగా చేసి పదవి విరమణ చేశారు.. పెన్షన్ డబ్బులు.. మిగిలినవి చెల్లెలు పెళ్లికి సరిపోయాయి. తను, బావగారు సాఫ్ట్వేర్ ఉద్యోగాల్లో బెంగుళూరులో స్థిరపడ్డారు.. స్నేహితులని, సరదాలని... కాలేజీ డేస్ లో జీవితాన్ని ఎంజాయ్ చేసి 'బ్యాక్లాగ్' సబ్జెక్టులతో.. ఇదిగో తను ఇలా బేవర్స్ గా మిగిలిపోయాడు.. నాన్నది ఓ అర్థం కాని రోగం.. "నీ గురించి బెంగ... ఆయనను మంచంమెక్కించింది" అనే అమ్మ చీవాట్లు... తను ఇలా రోడ్ల మీద పడేసింది... తన వలన సహాయం పొందిన వారెవరూ తన దగ్గరున్న పేకాట వ్యసనాన్ని తెలిసి దగ్గరకు రానివ్వలేదు...

తనేం చేయగలడు.. ఏం చేయాలి..

అతని అడుగులు.. ఆలోచనలు 'మరణం' దిశగా వెళుతున్నాయి. నవంబర్ నెల చలిలో అతనికి చెమటలు పడుతున్నాయి. చేతికున్న వాచి చూసుకున్నాడు.. చావాలనుకునే వాడికి సమయమెందుకు? తనో 'లూజర్'.. చేతకానివాడు.. తనెవరికి అవసరం లేదు.. తనకు తానే అక్కర్లేదు.. ఎందుకీ జీవితం..

నగరం పరిధి దాటి.. రైల్వే స్టేషన్ వైపుగా అతని అడుగులు పడుతున్నాయి. తిలారు రైల్వే స్టేషన్ పరిధిలోని రైల్వే గేటది.. గేట్ మాన్ గేట్ వేసి ఉంది.. అటు.. ఇటు.. వాహనాలు లేవు.. ఈ మార్గంలో రాత్రి ఏడు దాటితే స్మశాన నిశ్శబ్దం ఉంటుంది.. మెల్లగా.. గేట్ కుడి భాగం.. చీకటిలోకి ఆ యువకుడు వెళ్లిపోయాడు..

అతను అలా వెళ్ళిపోవడం ఇద్దరికీ తెలియదు...

అలసట వలన... ఆకలి.. అవమానం.. అసహ్యత వలన శివుడు కళ్ళు మూతలు పడుతున్నాయి.. దూరంగా ఒకమ్మాయి.. తన వైపు రావడం కనిపించింది.. మరో ట్రాక్ లో రైలు వస్తుంది.. అతను అలా అచేతనంగా పడిపోయాడు... అంతే...

★★★

"ప్రతీ మనిషి తను చేసిన పనిని అది హత్య అయినా సరే- దానిని సమర్ధించుకునే వాదనని నిర్మించుకుంటాడు. కానీ.. పరిస్థితులు ఎదురు తిరిగినపుడు, తన వాదనలో నిజం లేదని ఏమాత్రం మనసుకు అపనమ్మకం కలిగినా, అధైర్యం పెలుసులా పగిలిపోయి, మనిషి కృంగిపోవడం ప్రారంభిస్తాడు.

అదే ఓటమికి చిహ్నం. "ఇది నేను ఎక్కడో చదువుకున్న వాక్యం.." అని ఆ యువతి చెప్పడం ఆపింది...

శ్రీకాకుళంలో అదొక కార్పొరేట్ ఆసుపత్రి.. నాల్గవ అంతస్తులో ఒక గదిలో శివుడు పేషెంట్ గా ఉన్నాడు.. ఇంతలో శివుడు అమ్మ బాత్రూం నుంచి ముఖం తుడుచుకుంటూ బయటికి వచ్చింది...

"ఎందుకురా మమ్మల్ని ఎలా బాధిస్తావ్.. ఒక్కగానొక్క కొడుకు ఏమి లోపం చేసాం.. మాకు పిండం పెడతావనుకుంటే నీకు మీ నాన్న.." అంతే ఆమె మరి మాట్లాడలేకపోయింది... కాలం చేతి కొరడాతో కఠినమైన దెబ్బలు తిన్నదామే... దుఃఖాన్ని మనసులో, కన్నీళ్లు కళ్ళల్లో దాచుకోవడం ఆమెకలవాటని ఆ యువతకి అర్థమయింది. డాక్టర్ రౌండ్స్ కి వచ్చారు. ఏం పరవాలేదు. షాక్ వల్ల జరిగిన ఇబ్బంది.. మందులు రాశాను.. వాడండి.. సాయంత్రం డిశ్చార్జ్ చేస్తాను.. ఇంటికి తీసుకు వెళ్ళండి.. "వాట్ బాయ్.. నీలాంటి యువకులు ఇలా చేస్తే ఎలా.. ధైర్యంగా యుద్ధం చేయాల"ని భుజం తట్టారు.. శివుడు సిగ్గుతో చచ్చిపోయాడు..

ఒక అమ్మాయి తనను కాపాడింది... తను చనిపోతాడేమోనని భయం వేసింది.. అమ్మ, నాన్న, చెల్లి అందరూ గుర్తుకు వచ్చారు.. దూరంగా వస్తున్న రైలు.. చీకటి.. ఒంటరితనం.. ఏమో.. తనెలా బ్రతికాడో తెలియదు. బాధ.. వేసింది.. బాధ కంటే బాధాకరమైన విషయం ఏమిటంటే తాము జీవితంలో దగా పడ్డామనే భావం కలగడం..

అతని కనులు మెల్లగా మూతలు పడ్డాయి...

ఆడవారిద్దరూ కుదుటపడి మాట్లాడుకుంటున్నారు...

★★★

ఉదయం పదకొండు గంటల సమయం... తిలారు రైల్వే స్టేషన్ సందడిగా ఉంది.. ఇది కాస్త రద్దీ సమయం.. నేను డ్యూటీ దిగిపోయాను.. నా మిత్రుడు సదాశివ డ్యూటీ లో ఉన్నాడు.. నేను.. ఇంటికి వెళ్లి ఫ్రెషయి వచ్చాను.

స్టేషన్లోకి నరసన్నపేట ఎస్సై.. ఒక కానిస్టేబుల్ వచ్చారు.. తిన్నగా స్టేషన్ లో కూర్చున్న నా దగ్గరకు వచ్చారు.. నా వృత్తి జీవితంలో ఇవన్నీ మామూలే. నిన్న రాత్రి నా కంటి ముందు నుంచే పరిగెత్తిన అమ్మాయి గుర్తుకు వచ్చింది..

ఫార్మాలిటీగా జరిగే ఎంక్వైరీ.. అంతే...

"ఏం సార్.. ఇలా వచ్చారు.. రండి.." అని ఆయనకో కుర్చీ చూపించి ఫ్లాస్క్ లో ఉన్న టీని ఇచ్చాను ఇద్దరికీ..

"ఏముంది సార్.. నిన్న రాత్రి మీరు డ్యూటీలో ఉండగా ఎవరైనా అమ్మాయి ట్రాక్ మీద పరిగెత్తి వెళ్లిందా... వాళ్ళ పేరెంట్స్ అమ్మాయి కనిపించడం లేదని కంప్లైంట్ ఇచ్చారు.. ఒకరిద్దరు.. ఇన్ఫార్మర్స్ ఆ అమ్మాయి స్టేషన్ వైపు రావడం చూసామని, పేరెంట్స్ ఇచ్చిన ఫోటో చూసి చెప్పారు." అన్నాడు సందిగ్ధంగా మొహం పెట్టి... తాగిన టీ కప్పు

మేము మాట్లాడుతుండగా నా ఫోన్ రింగ్ అయింది "ఒక్క క్షణం.. మా అక్క దగ్గర నుంచి ఫోను.. మీరున్నారని చెబుతాను" అన్నాను ఫోన్ ఎత్తి 'చెప్పక్క' అన్నాను.. ఆమె చెప్పింది విన్నాక.. నా మనసు ఒక ప్రక్క ఆందోళనకు, మరోవైపు ఆనందానికి దారిచ్చింది... 'వస్తున్నాను' అని చెప్పి.. ఫోన్ కట్ చేశాను.

అక్క చెప్పిన విషయం ఎస్.ఐ.కి చెప్పాను.. అతను నాకో విషయం చెప్పాడు" సార్.. అన్ని సవ్యంగా జరిగితే ఓ.కే. లేకుంటే విషయం నా మిత్రుడు ప్రసాదని.. వన్ టౌన్ ఎస్.ఐ. గా ఉన్నాడు. మంచివాడు. అతని సహాయం తీసుకోండి. పోలీసులం కదా.. మేము ఎప్పుడూ కీడు నుంచే మంచిని చూడాలి.. పదండి.. నరసన్నపేట వరకు.. నా జీప్ లో వెళదాం'అన్నాడు.

'వద్దు సార్.. బండి ఉంది.. పోలీసు వ్యాన్ లో నన్ను మీరు తీసుకు వెళితే.." ఇద్దరం నవ్వుకున్నాం.. పరస్పరం థాంక్స్ చెప్పుకున్నాం..

ఆ రాత్రి... అక్క వాళ్ళ ఇంట్లో... శివుడు.. నేను.. అక్క.. అనగా శివుడు అమ్మ..నాన్న కూర్చున్నాం.. "ఒరే వీడిక్కడుంటే.. లాభం లేదు.. ఏదో ట్రైనింగ్ కి పంపిద్దాం.. నువ్వే చెప్పు.. ఎంత ఖర్చయినా పర్వాలేదు... అవసరమైతే ఇల్లు అమ్మేద్దాం... నీతో తీసుకువెళ్ళు.. వాడు మాకేమీ పెట్టక్కర్లేదు.. కుదురుకుంటే చాలు.." అన్నది అక్క.. "అదే మంచిదని" బావగారన్నారు.. శివుడిని అడిగాను.. నీ ఉద్దేశ్యమేమిటని.." అతను నిశ్శబ్దంగా మీరెలా అంటే అదే చేస్తాను మావయ్య' అన్నాడు..

అక్కా.. నేనొకటి చెబుతాను.. విను.. ఖర్గపూర్, కలకత్తా, ఖుర్దాలలో మా లోకో షెడ్స్ ఉన్నాయి. అక్కడ పని కాస్త కఠినంగా ఉంటుంది. కాని.. జీతం సకాలంలో ఇస్తారు. నా బంధువుగా కాస్త బాగా చూసుకుంటారు. నేను ఖుర్దాలో కొంతకాలం పని చేశాను. తెలిసిన వాళ్ళున్నారు. పని, జీతం ప్రస్తుతం దొరుకుతాయి. అలవాటు పడ్డాక

అక్కడే ఉద్యోగం చూద్దాం.. గ్యారంటీగా చెప్పలేను.. కానీ.. గ్యారంటీ ఇవ్వగలను.. అది వాడి పనితనం మీద ఆధారపడి ఉంటుంది. మీరెప్పుడైనా వెళ్తామంటే నేను ఏర్పాటు చేస్తాను. సరేనా..' అన్నాను. అందరూ ఆనందంగా అంగీకరించారు..

నవంబర్ నెల.. చల్లని గాలి... లోపల ఫ్యాన్ గాలితో కలిసి శరీరాలను తాకింది.. ద్వారం అవతల సన్నజాజి పూల వాసన.. మృదువుగా వస్తున్నది..

గుమ్మంలో.. శివుడు కాపాడిన యువతి... నేను.. రైల్వే స్టేషన్లో ఆరోజు రాత్రి చూసిన అమ్మాయి.. ట్రాక్ పైన పరిగెత్తుకొని వెళ్లిన అమ్మాయి..

నా ఎదురుగా.. నాకు నమస్కరిస్తూ.. బాగుంది.. ఛామన ఛాయ.. సన్నగా.. హుందాగా.. చక్కని తెల్లని చీర పైన బంగారు వర్ణం సన్నని డిజైన్ లో గులాబీ రంగు జాకెట్ లో ఓ వైవిధ్యమైన చిరునవ్వు.. హుందాతనం నిండిన మాటలు.. ఆమె.. "బీ.టెక్ చేసిందట.. ఎవరో ప్రేమించలేదని ఆమెను వేధించాడట.. తల్లిదండ్రులు, పోలీసులు ఎవరూ ఈమెకు రక్షణ కల్పించలేకపోయారట.. చివరకు చనిపోదామని ఇల్లు విడిచింది.. అదే సమయంలో ట్రాక్ మీద వస్తున్న మనవాడు చావుకు ఎదురెళ్ళటం చూసి.. అతడిని తప్పించి తాను రైలు క్రింద పడదామనుకుందట.. కానీ.. ఇద్దరూ.. ఇలా..." అని అక్క చెప్పడం ఆపింది...

సరే.. జరిగింది ఏదైనా మన మంచికే అనుకుందా'మన్నాను. సెల్ తీసి ఎస్.ఐ. మూర్తికి ఫోన్ చేశాను.. 'గుడ్' అన్నాడాయన.. వారి తల్లిదండ్రులకు 'అక్క' ఈ విషయం చెప్పిందట...

సున్నితత్వం అంటే చిన్న చిన్న విషయాలకి బాధపడటం కాదు. చిన్న చిన్న విషయాలకే ఆనందపడటం... ఆమె ముఖంలో నాకు ఆ ఫీలింగ్ కనిపించి.. అర్థమైంది..

దూరంగా.. కిటికీలోనుంచి.. పున్నమి చంద్రుడు.. చల్లగా నవ్వుతున్నాడు.. శివుడు గదిలో నుంచి బయటకు వచ్చి ఆమెను, మమ్మల్ని చూసి.. చిన్నగా నవ్వుతున్నాడు.. ఎందుకో ఎవరో రాసిన వాక్యం నాకు గుర్తుకు వచ్చింది' ప్రతీ మనిషికి జీవితంలో కొన్ని మధుర ఘడియలు ఉంటాయి. మిగతా జీవితమంతా దానికి ఉపోద్ఘాతము, స్మృతి మాత్రమే..

శివుడు జీవితంలో... ఏమిటో... కాలం చెప్పాలి

అడవి తల్లి ఒడి

"కన్నులనే కిటికీల నుంచే విశ్వసౌందర్యాన్ని ఆత్మ ఆస్వాదిస్తుంది. ఓ చిన్న ప్రకృతి దృశ్యం విశ్వ సంకేతాలను తనలో ఇముడ్చుకుంటుందని ఎవరు ఊహించగలరు?

– ఇటాలియన్ శిల్పి, చిత్రకారుడు లియోనార్డో డావిన్సి.

★★★

'నేను చెబుతూనే ఉన్నాను. కారులో కాకుండా... హాయిగా అందరితో కలిసి... రైలులో వెళితే చక్కగా ఉంటుందని... నువ్వే ప్రకృతి... అడవి... జలపాతాలు.... గాడిద గుడ్డు... నా శ్రాద్ధమంటూ... కారులో బయలు దేరించావు.... చూడు ఇప్పుడేమయ్యిందో...' –నా భార్యపైన విపరీతమైన కోపం వచ్చింది నాకు.

'మీకు ఈ మధ్య కాలంలో అసహనం పెరిగిపోయింది. అయిన దానికీ కాని దానికీ నా మీద విరుచుకు పడుతున్నారు. నా మీద కోపగించుకుంటే సమస్యకు పరిష్కారం దొరకదు కదా... మీ సబార్డినేట్స్ ను కసిరిన విధంగా నన్ను ట్రీట్ చేస్తున్నారు మీరు...' – నా భార్య నా మీద కఁయ్ మంది...

శ్రీకాకుళం జిల్లాలో... ఓ రెవెన్యూ డివిజన్కు నేనో గ్రూప్ ఒన్ అధికారిని. అధికారం ఇచ్చిన దర్పం నాక్కొంచెం ఎక్కువని నన్నందరూ ఆడిపోసుకుంటారు. కాని... కొండ మీది కోతినైనాసరే సాధించేవరకూ నాకు నిద్రపట్టదు.

'మీరు క్రమంగా... సున్నితత్వంను కోల్పోతున్నారు...' ఇది నా భార్య నాకు చేసే కంప్లయింట్...

నిజమే...! నా భార్య ప్రకృతి ప్రేమికురాలు... నేను... నా పిల్లలు... ఒకరకం... ఆవిడ... ఒక రకం... ఒకే ఇంట్లో రెండు వర్గాలు...

వారం రోజులు క్రిందట నేను ఓ అరెకరం నేల కొన్నాను. వంశధార నది ఒడ్డున... దాంట్లో... మామిడి... వేప.. కొబ్బరి చెట్లున్నాయి. వాటిని కొట్టించి... ఓ

మంచి ఇల్లు కట్టుకోవాలని నా ప్లాన్..

'వద్దండి.. మనకంటూ ఇంద్రభవనం అవసరం లేదు.. చక్కని నదీతీరం.. చెట్లు.. గాలి.. ప్రకృతి మధ్య వెన్నెల్లో.. వర్షంలో.. ఆనందాన్ని ఆస్వాదిద్దాం. అవసరమైన చోటు వరకు చెట్లను కొట్టండి...మిగిలినవి అలా ఉంచేయ్యండి.. ప్లీజ్..' – అది ఆమె వరుస..

ఈ శషభిషలు మధ్య ఇంటి నిర్మాణం ఆగిపోయింది.. అయినా.. ఏమిటో దీనికా ప్రకృతి ప్రేమ..!

ప్రస్తుతానికి వస్తే..

నా బాల్యమిత్రుని తమ్మునికి పెళ్లి... జగదల్ పూర్ లో... రెండు గ్రూపులుగా... ఒకరు బస్సులో... ఒకరు కె.కె.లైన్ పాసింజర్ రైలులో వెళ్ళిపోయారు.

మా ఆవిడ... 'మన మిద్దరం... లాంగ్ డ్రైవ్ చేసుకొంటూ సరదాగా... కారులో వెళదామండి... పిల్లలకు పరీక్షల సమయం.. అమ్మ ఎలాగూ వారి వద్ద ఉంటుంది... సరదాగా.. ఆ అడవి మార్గానా.. సన్నని రోడ్డుపైన.. ఒకవైపు లోయలు.. మరోవైపు ఎత్తైన కొండలు... పచ్చని ప్రకృతి మధ్య... మీరు... నేను... ఎన్ని సంవత్సరాలైందో... ప్లీజ్..' అంది..

ఎందుకో ఆమె మాటను కాదనలేకపోయాను...

ఆవిడకూ డ్రైవింగ్ వచ్చు..

విశాఖపట్నం నుంచి జగదల్ పూర్ దాదాపు మూడు వందల కిలోమీటర్ల దూరం... రైలు.. బస్సు సౌకర్యం ఉంది. సాలూరు.. సుంకీ మీదుగా వయా జైపూర్ (ఒడిషా) నుంచి వెళ్ళవచ్చు... జైపూర్ వరకు రోడ్డు బాగుంటుంది.. అక్కడి నుంచి గంటకు పదిహేనుమైళ్ల వేగంతో కూడా ప్రయాణం చేయలేని పరిస్థితి.. సన్నని బాటలు... పక్కా రోడ్లు లేవు..

చత్తీస్ ఘడ్.. మధ్యప్రదేశ్ మధ్యలో ఉంది జగదల్ పూర్.. అటవీ ప్రాంతం.. మైదాన ప్రాంతం.. లోయలు.. కొండలు.. దట్టమైన అటవీ ప్రదేశాల మధ్య ప్రయాణ కొనసాగించవలిసి వస్తుంది. మధ్య మధ్య పది పదిహేను ఇళ్ళతో చిన్న చిన్న గూడేలు లాంటి ప్రాంతాలుంటాయి.. మావోయిస్టులు నిరంతరం సంచరించే ప్రాంతం..

ఈ మధ్యనే కుసుమ ప్రాంతంలో మాజీ ముఖ్యమంత్రి.. నల్వాంజుడు అధ్యక్షుడు మాధవవర్మను పక్కా ప్రణాళికతో చంపారు.. మావోయిస్టులు..

చత్తీస్ ఘడ్ ఓ ఐదు ప్రాంతాలు షెల్టర్ జోన్స్ ఉన్నాయి. వాటిలో జగదల్ పూర్ ఒకటి.

జగదల్ పూర్.. జైపూర్ మధ్యగల అటవీ ప్రాంతంలో ప్రయాణమంటే కొంచెం భయపడవలసినదే.. కాని సామాన్యులకు ఇవి అనవసరం కదా...

అవసరమైన తినుబండారాలు... టాంక్ నిండా పెట్రోలు పోయించుకొని.... అవసరమైన మందులు... నీళ్ళ బాటిల్స్ వంటి వాటితో ప్రయాణం మొదలు పెట్టాము.. అరకు.. బొర్రా.. శివలింగాపురం.. చూసుకొని.. వయా జైపూర్ మీదుగా వెళ్ళాలనేది ప్లాన్..

ప్రయాణం సాఫీగానే జరిగింది. నేను.. తనూ.. అవసరమయిన చోట ఆగుతూ.. బొర్రా గుహలను.. అరకు అందాలను ఆస్వాదించి.. హాయిగా ప్రయాణం చేస్తున్నాము.. మధ్య.. మధ్య.. మా ఆవిడ డ్రైవింగ్ చేసింది. సరదాగా ముందుకు సాగుతున్నాం.. ఉదయం ఎనిమిది గంటలకు మొదలైన మా ప్రయాణంలో.. ఎన్నెన్నో సరదాలు.. సరసాలు.. సంతోషాలు.. కనీసం సంవత్సరానికి ఒక్కసారైనా ఈ రీతిగా లాంగ్ డ్రైవ్ ప్లాన్ చేయాలని డిసైడయిపోయాను.

నాకు కూడా.. ఎందుకో ప్రకృతి అందాలపైన మమకారం పెరిగింది.

'అవునుగాని.. నీకెందుకోయి.. ప్రకృతిపైన మమకారం..' – అడిగాను మా ఆవిడను..

ఆవిడ కారును నడుపుతున్నది..

ఆవిడ చెప్పడం ప్రారంభించింది.

'పరోక్షంగా తానుండి, ప్రత్యక్షంగా ప్రకృతి రూపంలో మనతో మాట్లాడే ప్రయత్నం చేస్తాడు పరమాత్మ.. సూర్యాస్తమయంలోని అందాలను, చంద్రోదయంలోని సౌందర్యాన్ని.. చుక్కలు పొదిగిన ఆకాశాన్ని.. తొలకరి కురిసిన వేళప్పుడు పరిమళాన్ని ఆస్వాదించిన వేళ.. అప్రయత్నంగా... సృష్టికర్తపట్ల ఆరాధనా భావం కలిగి.. చేతులెత్తి నమస్కరించాలనిపిస్తుంది. కాని.. ఆధునిక మానవుడి పెనుశాపమేమిటంటే ప్రకృతితో సాహచర్యం చేసే సమయం లేకపోవటం.. వేకువనూ.. వెన్నెలనూ.. పూలనూ.. వాటి పరిమళాలనూ.. ఎగిరే పక్షులను.. కడలిని... కెరటాలను.. వాటి మధ్యగల లయబద్ధమైన అనుబంధాన్ని గమనించి..

తన్మయం చెందే గుండె తడి ఇంకిపోతున్నాది.. ఒక్కసారి చుట్టూ గమనించండి.. ప్రకృతిలోని నిశ్శబ్దం.. లాలిత్యం.. సందేశం..'

ఆగింది.. ఆమె ముఖంలో తన్మయత్వం.. సందేశం.. మెరుపులు.. నిజమే.. ఆమె మాటలు వింటూంటే.. ప్రకృతి ప్రేమికులు అదృష్టవంతులనిపిస్తుంది..

'సరే.. భోజనం.. సంగతి చూడండి.. మేడమ్ గారూ..'

'ఎస్సార్..' అని నవ్వి.. కారును ప్రక్కకు తీసి ఆపింది.. ముందుగానే సిద్ధం చేసుకొన్న పులిహోర.. బొబ్బట్లు.. దద్దోజనంలను తిని కడుపునిండా నీళ్ళు త్రాగి.. చిన్నపాటి ఖాణా పైన కూర్చున్నాం.. దగ్గరగా..

ఆ దారంట వెళుతున్న.. ఓ యువజంట.. మమ్మల్ని చూసి నవ్వింది.... మేము చేతులూపాం..

తరువాత.. మా మధ్య కొంతసేపు నిశ్శబ్దం...

పావుగంట గడిపి.. బయలు దేరాం..

దూరంగా కొండల మధ్య దట్టమైన మబ్బులు.. సమయం.. పన్నెండు కావస్తున్నాది.. వేగంగా గంటకు అరవై, డెబ్బైల మధ్య ప్రయాణం కొనసాగిస్తే.. సాయంత్రం ఐదు.. ఆరు.. మధ్య జగదల్ పూర్ చేరుకోవచ్చు..

దట్టమైన మబ్బులు.. నల్లని భూతాల్లా.. వస్తున్నాయి.

కారును వేగంగా నడుపుతున్నాది నా భార్య.. ముదితల్ నేర్వంగరాని విద్య గలదే.. అనిపించింది..

'ఆ మబ్బులను చూసారా.. ఎంతందంగా ఉన్నాయో.. ప్రకృతి అందాలను ఆస్వాదించవలసిన మనిషి, గాలిని.. నీటిని.. కాలుష్యంతో కబళించి వేస్తున్నాడు.. వన్య ప్రాణులను తన స్వార్థం కోసం పణంగా పెడుతూ . ప్రకృతి సమతౌల్యాన్ని మంటగలుపుతూ.. ప్రకృతి వైపరీత్యాల రూపంలో పరమాత్మ ప్రదర్శించే ప్రకోపానికి గురవుతున్నాడు..

మహాకవి కృష్ణశాస్త్రి 'ఇక హిమవంతము వలదు.. ఇక నిశీధము వలదు.. నీ సన్నిధియే దేవదేవా!.. ఒక వసంతము పైన నౌక ప్రభాతములోన.. ప్రకటింప దేవదేవా' అన్నారు.

అన్ని ప్రయాణాలు సుఖంగా జరిగిపోతే.. చెప్పుకోనేందుకు, నేర్చుకొనేందుకు ఏముంటుంది కనుకా...!?

జైపూర్.. చక్కని సిటీ.. తెలుగువారు దాదాపు ఎనభైశాతం ఉన్నారు.. కాని ఎవరూ తెలుగు మాట్లాడరు.. అంతా రైల్వేలో పనిచేస్తున్నవారే..

ఇక్కడి నుంచి.. ముందుకు వేగంగా వెళ్లే అవకాశం లేదు.. సమయం కోసం వాచీ చూసుకొన్నాను.. రెండు గంటలు కావస్తున్నాది.. మబ్బులు దట్టంగా ఉన్నాయి.. ఇప్పుడో.. అప్పుడో వర్షం వచ్చేలా ఉంది.. జగద ల్ పూర్ వరకూ రోడ్లు దరిద్రంగా ఉంటాయి.. వర్షం కూడా వస్తే చెప్పనవసరం లేదు.. దారిలో పలకరించే నాధుడు కూడా ఉండదు.

కారును.. నేను నడపడానికి నిశ్చయించుకొని.. డ్రైవర్ సీట్లో కూర్చున్నాను.. వేగంగా పోనిస్తున్నాను..

కుసుమ చేరుకున్నాం.. అటవీ ప్రాంతం.. జనాభా రెండు వేలు మించదేమో.... గిరిజనులే.. కోయిలలే.. కొండ జాతి..

గాలి చల్లగా వీస్తున్నాది..

కుసుమ పరిధి దాటి.. మరింత అటవీ ప్రాంతానికి చేరుకున్నాము.. రోడ్డు దరిద్రంగా ఉంది.. మెల్లగా వర్షం ప్రారంభమయ్యింది.. ఎర్రని నీరు.. రోడ్డుపైన.. ప్రక్కన చేరుతున్నది..

వైపర్స్ శబ్దం తప్పా.. మా మధ్య మాటలు లేవు..

మంచి.. నట్టడవి ప్రాంతం.. కీచురాళ్ళ రొద.. దూరంగా పేరు తెలియని పిట్ట వికృతంగా అరుస్తున్నది.. నా భార్య.. నా భుజంపైన తలవాల్చి కళ్ళు మూసుకొంది.. భయపడుతున్నట్లుగా ఉంది..

ఇంతలో.. హఠాత్తుగా.. చిన్నపాటి కుదుపులో.. కారు ఆగిపోయింది..

నాకేం చేయాలో తెలియలేదు.. పెట్రోలు సమస్య కాదు.. ఏదో సాంకేతిక సమస్య.. ఏం చేయాలి.. వర్షం సన్నగా పడుతున్నాది.. రైన్ కోటు తీసి వేసుకొని.. కారు దిగాను.. డిక్కీలో నుంచి సామాను తీసాను.. కారు ముందుకు వచ్చి.. ఓపెన్ చేసి.. చూడసాగాను.. నా అర్ధజ్ఞానం.. అర్ధం కాలేదు..

కాలం గడుస్తున్నాది.. ఐదు.. ఆరు.. దాటుతున్నాది.. నాలో అసహనం బయలుదేరింది. అది కాస్తా కోపంగా మారింది. చీకటి రాత్రులు.. వర్షం.. ఒంటరిగా.. .. ఏం చేయాలి.. ఎలా ఉండాలి.. భగవంతుడా ఏమిటీ పరీక్ష.. ఉద్యోగం వచ్చిన తరువాత తొలిసారిగా దేవుడ్ని ప్రార్ధించాను.. నా భార్య మీద విరుచుకుపడ్డాను..

క్రమంగా చీకట్లు ముసురుకుంటున్నాయి.. రాత్రవుతున్న కొద్దీ అడవి చైతన్యమవుతోంది.. మావోయిస్టులు తిరుగాడు ప్రాంతం.. వన్యప్రాణులు నీటికి.. ఆహారం కోసం స్వేచ్ఛగా సంచరించే ప్రాంతం.. బస్తరు ప్రాంతం ఇక్కడకు దగ్గరే.. మంత్రగాళ్ళకు ఆ ప్రాంతం ప్రసిద్ధి అంటారు.

నా భార్య ఏడుస్తున్నాది.. నేను కోపాన్ని కంట్రోల్ చేసుకున్నాను.. ఆమె దగ్గరకు వెళ్ళా...

'ఊర్కో.. బాధపడకు.. ఆలోచిస్తాను... తినడానికి సామాన్లున్నాయి.. భయంలేదు.. నేను.. ఫోన్ చేస్తాను.. జగదల్ పూర్ వచ్చేసినట్లే.. డోన్ట్ వర్రీ..' అని ఓదార్చాను.. కాని.. నాకు.. ఆమెకు కూడా తెలుసు.. పరిస్థితి ఎంత జఠిలమో!

సమయం ఏడు కావస్తున్నాది.. ఆకలి లేదు.. వర్షం ఆగింది.. చల్లని గాలి వీస్తున్నాది.. సెల్ అందుకొని.. నా మిత్రునికి ఫోన్ చేసాను. సిగ్నల్స్ లేవు..

ఇంతలో.. ఏదో.. అలికిడయింది.. మనుషులు వస్తున్నట్టుగా ఉన్నారు.. దూరంగా లాంతరు వెలుగు.. దాదాపు పదిమంది దాకా ఉండవచ్చు.

దీపాలు.. మా సమీపానికి వస్తున్నాయి. వచ్చేసాయి.. వారంతా మా కారు దగ్గరకు వచ్చారు.. వారి శరీరం నుంచి పసరు వాసన.. వారి నోటి నుంచి కుళ్ళు వాసన.. కోయిలాలు.. కొండజాతి వారు.. చిత్రమైన వేషధారణలో ఉన్నారు..

మమ్మల్ని వారి వెంట తీసుకుపోయారు.

ఎందుకు...? ఏమో...?

వారు ఏర్పాటు చేసిన గుడిసెలో పడుకున్నాం.. నిద్రరాలేదు.. దోమలు భయంకరంగా శబ్దం చేస్తున్నాయి.. అందరూ అలాగే నిద్రపోయారు.. హాయిగా.. ఎలా సాధ్యమది...

నాకు.. నా భార్యకు విసరటానికి ఇద్దరిని ఏర్పాటు చేసారు. బయట వర్షం ఎక్కువ య్యింది..

ఆ ఇద్దరూ.. అలా.. తెల్లవార్లు... విసురుతూనే ఉన్నారు..

తెల్లవారింది... వారిద్దరిని చూసి.. నా కళ్ళంట కన్నీరు.. నాలో ఏదో పశ్చాత్తాపం... నా భార్య పసిపాపలా వారితో కలిసిపోయింది.. దగ్గరున్న ఏటి వద్దకు వెళ్ళాం.. చల్లని నీటిలో స్నానం చేసాం.. నా మిత్రుని ఫోన్ పనిచేస్తున్నాది.. సిగ్నల్ అందుతున్నాయి.. పరిస్థితి చెప్పాను.. గంటలో మెకానిక్‌ను పంపుతున్నానన్నాడు..

అంతలో దూరంగా.. ఓ పిచ్చుక గూడు కనిపించింది.. నాకెందుకో.. నా రెండో పాప.. ఒకసారి, 'నాన్నా.. నాకో పిచ్చుక గూడు కావాలి కొనిపెట్టవా?' అని అడిగింది.

అది గుర్తుకు వచ్చి.. నా ప్రక్కనున్న గిరిజనుడికి అది చూపించి.. హిందీలో అది కావాలని అడిగాను.. ఎంతైనా ఇస్తానన్నాను...

అతను నవ్వుతూ నిలబడ్డాడు కాని ఆ గూడు తీసి ఇవ్వటానికి అంగీకరించలేదు.. నా అహం దెబ్బతింది.. నాలోని మరో మనిషి బయటకు వచ్చాడు.. అధికారిననే అహం కారం బుసలు కొట్టింది.. వంద దగ్గర ప్రారంభమయిన నా పాట.. ఐదు వేలు వరకూ వెళ్లింది.

అయినా అతను చలించలేదు.

చివరకు 'ఏం కావాలి.. ఎంతకావాలి..?' అన్నాను గర్వంగా..

'మీరేమిచ్చినా.. దానిని తీసి ఇవ్వను.. ఇవ్వలేను.. అన్నాడు వినయంగా..

అతని కళ్ళలో ఇది అని చెప్పలేని దయ.. జాలి.. ప్రేమ.. నాకు కనిపించాయి.. గౌతముడు హంస కోసం చెప్పిన మాటల్లా ఉన్నాయి.

ఆశ్చర్యంగా... ఎందుకని అడిగాను..

అతను చెప్పిన సమాధానం నన్ను విస్మయపరిచింది..

'సార్.. తన పిల్లల కోసం ఆ తల్లి పక్షి ఎంత కష్టపడి ఆ గూడు కట్టుకుందో నేను చూసాను.. అలా గతంలో కట్టుకున్న గూటిని ఎవరో తెంపుకుపోతే.. తన గూడు ఏమై పోయిందో తెలియక తల్లిపక్షి చెట్లన్నీ వెతికి, వెతికి అరచిన బాధ నాకు తెలుసు! మరో గూడు కట్టుకొనే వరకు ఆ పక్షి తన పిల్లలను ఎండ నుంచి.. వాన నుంచి కాపాడుకోలేక రెక్కల మాటున దాచుకుంటూ పడ్డ కష్టాలు నాకు తెలుసు' అన్నాడు.. సన్నగా నవ్వుతూ..

ఆ నవ్వు చల్లగా ఉంది.. హాయిగా ఉంది.. సిద్దార్థుని నవ్వులా ఉంది.. పసిపాప నవ్వులా ఉంది..

నా కనులు చెమర్చాయి.. చదువు.. అధికారం.. గర్వం ఉన్న నాలో ఆ మామూలు కుర్రాడిలో ఉన్నపాటి మానవీయత కూడా లేదు.. ప్రకృతి నియమాలను.. మూగజీవాల మనోవేదనను.. అర్థం చేసుకోలేని అజ్ఞానం నాది..

ఇంతలో నా భార్య వచ్చింది..

నా మిత్రుడు పంపిన మెకానిక్ వచ్చాడు..

కారు బాగయింది.. మేము బయలుదేరాం....

వారంతా.. ఒకరి చేయి ఒకరు పట్టుకొని.. వరుసగా నిలుబడి మాకు వీడ్కోలు చెప్పారు.

వారికి సౌకర్యాలు లేవు.. కాని వారు సుఖంగా.. ప్రశాంతంగా ఉన్నారు....

వైద్య సదుపాయాలు లేవు.. కాని.. ఆరోగ్యంగా, దృఢంగా ఉన్నారు.

చదువు సంధ్యలు లేవు.. కాని.. సంస్కారముంది. సాటి వారి కష్టాలకు స్పందించి.. సహాయమందించే మానవీయతాకోణముంది..

వారు ప్రకృతి పుత్రులు.. వారికి ప్రకృతి చదువు చెబుతుంది.. వైద్యమందిస్తుంది.. ఐక్యతగా ఉండమని చెబుతుంది.. వారు అలా నడుచుకుంటారు..

నేనో పాఠం నేర్చుకొన్నాను.

అటువంటి పచ్చటి పరిసరాలకు ఎంత దగ్గరగా ఉంటే.. మన జీవితం అంత రసవంతమవుతుంది.. మనిషి ఎదుర్కొంటున్న ఎన్నో రకాల శారీరక, మానసిక సమస్యలకు పరిష్కారం హరిత సాహచర్యంలోనే లభిస్తుందన్నది వైద్యుల మాట.. ఆహారమిచ్చి.. విశ్రాంతినిచ్చి.. ఆ ఆరడుగుల నేలనిచ్చి.. కాల్చేందుకు కట్టెలనిచ్చిన ప్రకృతికి మనిషి ఏం చేస్తున్నాడు..!?

కనీసం కృతజ్ఞతలైనా చూపనవసరం లేదా..? భద్ర పరచుకోవలసిన బాధ్యత లేదా..?

కారు మెల్లగా వెళుతున్నాది..

నేను కొన్న నేలలో చిన్ని ఇల్లు కట్టుకొందాం.. మిగిలినదంతా నీ ఇష్టానికే వదిలేస్తాను.. సరేనా?' అన్నాను నా భార్యతో..

ఆమె మొహంలో ఆనందం..

ఔను మరి.. స్త్రీలు కూడా ప్రకృతిలో భాగమే కదా..!

స్మృతి శకలం

'యే బచ్‌పన్ కా ప్యార్ అగర్ ఖో జాయేగా... దిల్ కిత్నా ఖాలీ హో జాయేగా.. తేరే ఖాయలోమే ఇసే ఆబాద్ కరేంగే.. తుఝే యాద్ కరేంగే...'

దూరంగా చప్పట్లు వినిపించడంతో హార్మోనియం పై నేను వాయిస్తున్న పాటను ఆపి, చూశాను ఎవరో... నాకోసమే..

శాలిహుండం కొండపైన.. గాలి బాగా వీస్తున్నాయి.. సాయంత్రం ఆరు కావస్తున్నది.. చైత్రమాసపు గాలి.. చల్లగా ఉంది.. దూరంగా.. వంశధార నదీ గలగలలు.. నీరు ఎక్కువగా లేదు... వేణుగోపాలస్వామి దేవాలయం.. ప్రాంగణం ప్రశాంతంగా ఉంది... పూజారి.. మా తమ్ముడే.. చిన్నాన్న గారి అబ్బాయి... మంత్రాలు చదువుతున్నాడు..

ఇద్దరు వ్యక్తులు నా దగ్గరకు వచ్చి. . కూర్చున్నారు..

"ఏదో హిందీ పాటలా ఉంది స్వామి.." దూరంగా.. కోవెలలో ఉన్న స్వామి వైపు తిరిగి నమస్కారం పెట్టి నన్ను అడిగారు.. "నిజమే.." అన్నాను.. హార్మోనియం మెట్లను సవరిస్తూ... వారి వైపు చూడకుండా..

నా ఎదురుగా.. కూర్చుని..దాదాపు 50 సంవత్సరాలు వయసు దాటిన పెద్దాయన.. చేతిలోని సంచిలో నుంచి ఓ కరపత్రం తీసి నా చేతిలో పెట్టి.. "తొమ్మిది రోజులు కార్యక్రమాలు... మిమ్మల్ని పిలవక తప్పటం లేదు.. అయినా... మీరు కార్యక్రమంలో పాల్గొనకపోతే రక్తి కట్టదంటున్నారు కుర్ర కారు, పెద్దలు కూడా.." అన్నారు..

కరపత్రం చూశాను. .. వసంత నవరాత్రులు.. శ్రీరామనవమి ఉత్సవాలు..

"మరి నా సంగతి తెలుసు కదా.."అన్నాను.. హార్మోనియంను మూసేసి.. వారి వైపు చూస్తూ...

'అయ్యో.. ఈ జిల్లాలో మీ గురించి, మీరు అడిగే రెమ్యూనరేషన్ గాని, నైపుణ్యం గాని తెలియనిది ఎవరికి చెప్పండి.. మేమంతా సిద్ధపడే వచ్చాం.. కానీ.. " అని పెద్దాయన సందేహంగా.. ఆగారు..

గాలి..బాగుంది.. ధ్వజస్తంభం పైన చిరు గంటల శబ్దం ఎంతో లయాత్మకంగా..

''చెప్పండి.. ఏదో సందేహిస్తున్నారు.. ''

''రాత్రి పది గంటల నుంచి.. తెల్లవారుజాము వరకు మీరు.. మాతో.. కార్యక్రమంలో...'' నసుగుతున్నారు..

''ఏం పర్వాలేదు.. నేను ఉంటాను.. మీరు ఏమి సందేహించకండి... స్వామికార్యం... స్వకార్యం రెండు కూడా నెరవేరుతాయి కదా.. నా ఏర్పాట్లు నేను చేసుకుని వస్తాను..ఎక్కడికి రావాలి..'' అని కరపత్రంలోకి చూశాను..

శ్రీకాకుళం దగ్గర. .. కింతలి.. రామాలయ నిర్మాణం.. ప్రారంభోత్సవ కార్యక్రమం... బాగుంది..

వారు.. రెండువేలనూటపదహార్లు అడ్వాన్స్ నా చేతిలో పెట్టి... స్వామి దగ్గరకు వెళ్లి... తమ్ముడి ఇచ్చిన ప్రసాదం తీసుకొని... మళ్లీ నా వద్దకు వచ్చి నమస్కరించి వెళ్లిపోయారు...

చీకటి తలుపులు తెరుచుకుంటున్నాయి... దేవాలయం తలుపులకు తాళాలు వేస్తున్న శబ్దం... మా తమ్ముడు నా దగ్గరకు వచ్చి కూర్చున్నాడు... అరటిపండు ఒకటి చేతిలో పెట్టాడు...

''అన్నయ్య.. టీచరుగా ప్రభుత్వ ఉద్యోగం చేస్తూ కూడా.. ఇలాంటి కార్యక్రమాలకు వెళ్లి ఆరోగ్యం పాడు చేసుకోవడం అవసరమా..'' అన్నాడు.

''కాలం మారింది.. నాన్న చెప్పిన మాటలు గుర్తున్నాయి కదా.. ఈ హార్మోనియం మన కుటుంబానికి ఆసరాగా నిల బడింది.. డబ్బు అంటావా... అవసరం... నీకు తెలుసు కదా... పెద్ద మొత్తాలు ఎందుకు అడుగుతాను .. కావలసిన వారే వస్తారు...

''పాత సంగీతానికి కొత్త వరుసలు కట్టి... నేటి హిందీ, తెలుగు వరుసలకు ప్రాచీన బాణీలు కట్టి నీవు చేస్తున్న ప్రయోగాలు ఈ పాత హార్మోనియం పెట్టి తట్టుకుంటున్నాదంటే గొప్పే మరి.. ''

ఇద్దరం నవ్వుకున్నాం... నాన్న నాకు ఇచ్చిన వారసత్వం చిహ్నం...హార్మోనియం

'వస్తావా... ఉంటావా..' అని లేచాడు... వాడికి తెలుసు.. నైట్ క్వీన్ వాసనలకు.. ధ్వజస్తంభం దగ్గర వెలిగించిన అగరబత్తి సువాసనలనద్ది.. వెన్నెల వెలుగులో ముఖేష్. . మన్నాడేలా కాక్‌టైల్‌ను గుర్తు చేసుకుని కానీ.. నేను లేవనని..

★★★

ఓరే చిన్నోడా. .. సంగీతాన్ని వదిలేయకురా... మనవళ్ళు, ముని మనవళ్ళు కూడా నేర్చుకోవాలి రా.. కాలం మారినా, తరాలు వెళ్లిపోయిన.. సంగీతం, ముఖ్యంగా హార్మోనియం మన కుటుంబాన్ని వదిలేయకుండా చూడరా..." ఇది నాన్న మాట...

మా స్వగ్రామమైన... ఈ శాలిహుండం కొండపైన.. మాకు ఉన్న భూమిలో... ఓ సంగీత అకాడమీ నెలకొల్పి... పేద లకు ఆసక్తి ఉన్నవారికి ఉచితంగా సంగీతం నేర్పాలని ఆయన కల. నా భార్య సరోజ.. వీణలో పీ.జీ. చేసింది.. ప్రభుత్వ సంగీత ఉపాధ్యాయునిగా విజయనగరం సంగీత కళాశాలలో పనిచేస్తున్నది... నాన్న ఆశ తీర్చే దిశగానే నేను కూడా అడుగులు వేస్తున్నాను.. కనుకనే నా కార్యక్రమాలకు ఎక్కువ మొత్తం తీసుకుంటాను.. అర్థం చేసుకున్న వారే వస్తున్నారు...

★★★

మెల్లగా మెట్ల దిశగా ఎవరో వస్తున్నట్టు అడుగులు శబ్దం...ఆ దిశగా చూశాను... నాన్న..

"ఏరా..రాత్రి అయింది... ఇంటికి రావా..

"ఎందుకు నాన్న... ఇంత శ్రమ. .? నాకోసం రావాలా...? వస్తాను... కదా..." అన్నాను..

హార్మోనియం.. వేయబోయాను...

"వద్దురా... ఇక్కడే... దూరంగా...ఆ... బెంచ్ మీద కూర్చుంటాను.. మెల్లగా.. మంద్రంగా... ఓ మంచి హిందీ పాట..అన్నారు. దేవాలయ ప్రాంగణానికి... కొద్ది దూరంలో... రాతి బెంచి పై... వెన్నెల తలుపుల ఆయన ధరించిన లాల్చి... తెల్లని లుంగీ...

"వక్తనే కియాక్యా హసీ సితమ్... హమ్ రహేన హమ్ తమ్ రహేన హమ్..." హార్మోనియం మెట్ల పైన అవలీలగా నా వేలుకు కొసల నుంచి జాలువారుతున్న గీతాదత్ పాట... పూల సువాసలా... రాత్రి పాలపిట్టలా... మా మనసుల మధ్య ఏకాంతం...

కళ కూడా జీవితాలపై ప్రభావం చూపిస్తుందా...!?

అన్నీ మన కళ్ళముందే జరుగుతుంటాయి... శిఖరం ఏర్పడుతుంది... కరిగిపోతుంది... ఆ విరిగిపడేలోపు విరజిమ్మే వెలుగులు మాత్రం మన మదిలో నిలిచిపోతాయి.. పదిలంగా...

మా నాన్న... ఓ సంగీత శిఖరం...

పాట ఆగిపోయింది... నాన్న లేరు... ఒంటరిగా నన్ను వదిలేసి.. వెళ్ళిపోయినట్టున్నారు... ఓ నిశ్శబ్దపు స్పర్శ... నా మనసును భారంగా తడిమింది...

కాదు... పదిహేను రోజుల క్రితం... వెళ్లిపోయారు... తన జ్ఞాపకాలను మిగిల్చి...

ఆయనను తలుచుకోవడమంటే పుస్తకంలో ఏనాడో దాచుకున్న నెమలీకను స్పృశించడమే... ఎక్కడో చదివిన వాక్యం... గుర్తుకువస్తుంది..

కాలం కరిగించలేని ఒకే ఒక వస్తువు జ్ఞాపకం...

సంగీతం... నాన్న మిగిల్చిన జ్ఞాపకం...

చీకటి

నాకు చీకటంటే చాలా యిష్టం.....

ఎందుకు చీకటంటే యిష్టమంటారా.... అదంతే... పాముకు కప్పంటే ఎందుకిష్టం...... లాయరుకు క్లయింటంటే ఎందుకిష్టం... కానిస్టేబులకు సానులంటే ఎందుకిష్టం....... సానిలంజలంటే మగఎదవలకెందుకిష్టం....... వీరిని ఎలా నిర్వచించలేమో....... నేనూ అంతే.... అందుచేత.... ఆ విషయం ఒగ్గేసి, అసలు విసయానికొద్దాం.

అన్నట్టు ఏం చెప్పాను... నాకు చీకటంటే ఇష్టమని కదా.......

నా పుట్టుక చాలా ఇచిత్రంగా జరిగిందని మానాన్న నాకెపుడూ చెబుతూండేవారు... మా నాన్న పెళ్ళయిన ఆరుమాసాలకీ నేను పుట్టానుట. ఇది చాలా ఇసిత్రం రా బిడ్డా. అని మా అయ్య నాదగ్గరేడ్చేవాడు.... ఇదెలా సిత్రమో నాకు తర్వాతర్వాత తెలిసింది... అది ఏరే ఇషయం.... అదిగదిగో అలా నేను ఇసిత్రంగా.. పాడుపడిన... మురికి..... కాలువ ఒడ్డుగల గుడిసెలో పుట్టినప్పటికి అంతా చీకటి..... లోకమంతా చీకటి చీకటి...... ముద్ద చీకటి...... ముద్దు .... ముద్దు చీకటి..... అలా నేను భూమ్మీద పడగానే....ఇలా మా అమ్మ డబ్బు కోసం లగెత్తి..... గంటలోనే 'ఎయ్యి రూపాయలు' తీసుకొచ్చింది. మాయమ్మ....ఎలా తెచ్చింది అని ఆ తరువాత నేను చాలాసార్లు అడిగేను..... అజ్ఞానిని చూసిన జ్ఞాని లాగా..... నన్నొగ్గేయమని ప్రార్థించిన కప్పను చూసిన పాములాగా .... జీవహింస మహాపాపం నన్నొదులు గురువా అని నెత్తినోరు కొట్టుకునే దుప్పిని చూసిన పులిలాగా.... దొంగతనం చేసి పట్టుబడి, తనవాటా ఇవ్వకుండా పారిపోతున్న దొంగను పట్టుకొన్న హెడ్డులాగా నవ్వింది........ ఆ నవ్వు ఆ తరువాత నాకు గుర్తుంది కాని..... అలా నవ్వే అమ్మే లేదు.... ఒళ్ళు కొవ్వెక్కి ఎవడితోనో లెగిసిపోలేదు...... "సచ్చిపోయింది".... ఎలాగెలాగంటారా..... చెబుతాలే.....

అపుడు నాకు నాలుగేళ్లుంటాయి. గుర్రం పిల్లలాగా... గున్నేనుగు గున్నలాగా..... వొగ్గేసిన రాజావారి గుంటలాగా.... శాపం పొందిన ఇష్ణుమూర్తి బిడ్డలాగా (విష్ణుమూర్తికి బిడ్డలు ఉన్నారో లేదో నాకు, మా అమ్మకు కూడా తెలియదు.... కాని మా అమ్మ అలాగే అనేది మరి) ఉండే వాడినట..... అటువంటప్పుడు..... ఓరోజు.

ఇద్దరు కానిస్టేబుల్లు వచ్చి మా అమ్మను ఎత్తుకెల్లారట.... ఎందుకట.... సెంటర్లో సారా అమ్ముతున్నదని..... మరి సారా సెంటర్లో కాకపోతే మరెక్కడమ్ముతారట....అసలు సారా అమ్ముతున్నందుకు కాదట..... తమవాటా తక్కువగా ఉన్నందున....కేసుల విషయంలో ఆ నెల "కోటా" క్రింద నాన్నను ఎత్తుకెల్లారట.... తెల్లారి మానాన్నను ఒగ్గేసారు. మానాన్న ఇంటికొచ్చేసాడు.... కాని.... ఎలా వచ్చాడు...... నలుగురు సాయంతో... జీవం లేక.....శవంలాగా వచ్చాడు. ఇదన్నాయమని..... ఘోరమని, న్యాయం లేదని, ధర్మం చచ్చిందని.... గగ్గోలు పెట్టిన మా అమ్మను.... కూడా..... పోలీసులు ఎత్తుకెల్లారు. కాని......నేను మాత్రం నాన్నను కాల్చటానికి శ్మశానం లోకెళ్ళాను.

శ్మశానంలో మా నాన్న శవం భగభగా.... భుగభుగా..... ధగధగా.... మండింది.... మా నాన్నను ఎందుకు చంపారు..... వాటాలు ఇవ్వనంత మాత్రాన చంపుతారా..... సారా అమ్మటం అన్యాయమా....... మరి గవర్నమెంటోడే లైసెన్స్ లిచ్చి సారా అమ్ముతున్నారు కదా..... ఇవన్నీ....... మానాన్న శవాన్ని మూటలో చూసినప్పుడు........ కాలిపోతున్నప్పుడు కలిగిన అనుమానాలు..... కాని..... తరువాత కాలంలో ఆ ప్రశ్నలు నన్నెక్కువగా బాధించలేదు..... ఎందుకని.. దానికి ముందు మా అమ్మ కథా కమామీషు చెప్పాలి.

మానాన్న పోవటం అన్నాయమన్న మా అమ్మను పోలీసులు తీసుకుపోయారని చెప్పాను? చెప్పే ఉంటాను...... మానాన్న శవం పూర్తిగా కాలిపోయిన తరువాత మా అమ్మకోసం స్టేషన్ కాడకు వెళ్ళాను.... అదెలా గుంటదంటే.... ఎర్రరంగు పూసిన ఘోరిలాగా, ఎరుపెక్కిన కైపున్న ఆడదాని బుగ్గలాగా..... జింకను తిన్న సింహం నోటినుంచి కారుతున్న రక్తలంలాగా ఎన్కౌంటరని చెప్పి తన కక్ష తీర్చుకున్నందుకు గిరిజనుడిని చంపిన నెత్తురులో తడిసిన పోలీసోడి తుపాకి ముందు కట్టిన కత్తిలాగా......ఎర్రగా.....మత్తుగా....... మసక మసకగా..... ఉంది.

ఇంతలో....

ఓ పోలీసు నన్నడ్డగించి ఎవ్వడివిరా అని కర్కశంగా..... భయంకరంగా....... గర్జనలాగా..... భీకరంగా అడిగాడు. 'నేను..... మీరెత్తుకు వచ్చినదాని కొడుకుని' అన్నా...... అందుకా పోలీసోడు. భీకరంగా నవ్వాడు.... జాలిగా నవ్వాడు. ఓడిపోయిన ధర్మరాజును చూసి గెలిచిన దుర్యోధనుడిలాగా నవ్వాడు... వదలమంటున్న సీతను చూసి రావణుడు నవ్వినట్టు నవ్వాడు.... తనపుట్టను ఖాళీ చేయమంటున్న చీమలను చూసి పాము నవ్వినట్టు నవ్వాడు..... ఆనవ్వు....నాకిప్పటికి గుర్తే... అలా నవ్వి నవ్వి... అలసిపోయి.... సొలసిపోయి 'అక్కడ పడుంది సూస్కో – తీసుకో....... ఫో...' అని మత్తుగా నవ్వి ముందుకు వెళ్ళిపోయాడు. అక్కడెవరూ లేరు....అమ్మ దగ్గరకు వెళ్ళాను.... అమ్మ అదోలాగా ఉంది.... దుర్యోధనుడు అవమానించిన ద్రౌపదిలాగుంది....రావణుడు చెరపట్టిన సీతలాగుంది.....బట్టలు నలిగి జుత్తు చెదిరి.... ఏదోలాగ ఉంది...ఏం జరిగిందో ఖచ్చితంగా మీకు చెప్పలేను.... కాని.... అన్యాయం చేయబడిన ఆడదానిలాగ ఉందని ఖచ్చితంగా......మరీ ఖచ్చితంగా చెప్పగలను......

అక్కడనుంచి....నేను.......అమ్మ...మా గుడిసెకి వచ్చేసాం. అమ్మను మంచం మీదకు చేర్చి......నేను టీకోసం వీధి చివర నున్న దుకాణానికి వెళ్ళాను.....వాడు వెకిలిగా నవ్వి.... నా గ్లాసులో టీ పోసి.... 'డబ్బులొద్దులే.... మీ యమ్మ నేనూ సూసుకుంటాం.' అన్నాడు..... నాకేమి అర్థం కాలేదు. నా దగ్గర అప్పుడు డబ్బులు కూడా లేవు.....టీని పట్టుకొని ఇంటికెళ్ళాను.... కాని.... అమ్మ మంచం మీద లేదు.... దూలానికి వేలాడుతూ ఉంది.... మెడకు చీర బిగించి ఉంది. అప్పుడు నాకు తెలిసింది...... అమ్మ చచ్చిపోయిందని. ఇంతలో నలుగురు వచ్చారు. కావలసిన కార్యక్రమాలు చూడమన్నారు..... కాని..... డబ్బో.... అది లేకనే కదా..... మా అమ్మ ఇలా అయ్యింది.....మా నాన్న అలా అయిపోయాడు. నేనెలాగా పోవాలో నాకర్థం కాలేదు....... కాని....

అందరు కలిసి శవాన్ని దించారు...... తిన్నగా మాఇంటి ముందు కాలువ ఉందని చెప్పానుకదా....ఆ కాలువకు ముందు ఓ రోడ్డు ఉంది.... ఆ రోడ్డుమీద జనం ఉన్నారు..... జనమంతా హడావుడిగా అటూ ఇటూ పోతున్నారు..... కాని.....మా అమ్మ శవాన్ని ఆరోడ్డుపైన ఉంచి అడుక్కోమన్నారు. మిగిలిన వారు...... నాకేమీ చెప్పకుండానే....నన్నేమీ అడక్కుండానే.... వారంతటవారే ఆ పనులన్నీ చక్క

బెట్టేసుకున్నారు. జనం.....జనం... జనం మధ్య జనం.... జనం చూపులో దయ, అసహ్యం.....కోపం....జుగుప్స....ధర్మం అన్నీను. వారి చేతుల్లోంచి చిల్లర శవం మీద పడుతున్నవి. దానిని మావాళ్ళు ఏరుకుంటున్నారు. భద్రపరుస్తున్నారు. ఇలా దాదాపు రెండు గంటల సేపు గడిచి పోయాయి..... చిల్లర లెక్కవేసారు.... నా చేతిలో ఓ పావలా ఉంచి..... తరువాత జరుగవలసిన పనులను వారే చేసేసారు... చివరిసారిగా....శవాన్ని నన్ను చూడమన్నారు.

నేను చూసాను.....నన్ను ఎత్తుకున్న అమ్మ... నాకు గోరుముద్దలు తినిపించిన అమ్మ....నా ఉచ్చ, దొడ్లు ఎత్తి నన్ను లాలించిన అమ్మ.... లేదు..... లేదు..... లేదు... కాని... ఆ శవం నాకో పాఠం నేర్పింది.... మూసుకుపోయిన ఆ నోరు.... నా కోసం నిల్చునుంది. నిల్చున్న ఆ నోరు "ఓరి నా కొడుకో... పోలీసోళ్ళు శవాలను పీక్కుతినే రాబందులురా కన్నా... ఆడు నిన్ను తినే అవకాశం ఇవ్వకూడదు కొడకో....జాగ్రత్తరా కొడుకో..... ఆరికి కావలసిందిచ్చేసి మన పనులు మనం సక్కబరుచుకోవాలా... గర్తుంచుకోరా కొడుకో... తెలిసి తెలిసి ఆరితో సేహం చెయ్యమాక.... నీకు సాతనైతే, సేవుంటే ఆళ్ళని నీ ఇంటి మనుషులను సేసుకో..... లేదంటే ఆరిని తప్పించితిరుగు.... మరిసిపోకురా కొడుకో.... మరిసిపోకు....."

సాల్లేరా.... ఎంతకని సూస్తావు ఆ ముండ శవాన్ని... ఎలాగో నన్ను ప్రక్కకులాగి శవాన్ని పాడిమీదకు చేర్చి తీసుకుపోయారు. ఆ విధంగా... అయ్య, అమ్మకూడా పోయినరోజు... నేనెన్నో పాఠాలు తెసుకున్న రోజులు... నాకు జ్ఞాపకమున్న ఆ రోజులు... చీకటి.... అంతా చీకటి.. చిమ్మ చీకటి.... ముద్ద చీకటి... ముద్ద..... ముద్ద..... చీకటి..

ఆ తరువాత నా జీవితంలో రకరకాల మార్పులు జరిగాయి. ఆ మార్పులకు కారణం నేను.... ఆరోజు..... అంటే... మా అమ్మ అయ్య శ్మశానంలో.... చీకటిలో.... తగలబడి పోయినరోజు నేనో పాఠం నేర్చుకున్నా...... ఏటా పాఠం అంటారా....

★★★

సృష్టిలో దయాధర్మాలు తక్కువ. క్రౌర్యం, అన్యాయం ఎక్కువ. శోకంలో కారుణ్యాన్ని పెంపొందించేది మనిషే, ఆపని దేవుడు చెయ్యడు. ఏ జంతువూ చెయ్యదు. అయితే, కరుణ మన జాతికే ఉండకూడదు. అంటే మనకి నష్టం కలిగే విధంగా మరొకరి కొరకు మనం జాలిపడకూడదు. మన లాభం కోసం పైవాడు బలి కావలసిందే. మేకల్ని చంపుకు తినడం పాపమా పుణ్యమా అని పులులూ, సింహాలూ,

తర్కిస్తూ కూర్చుంటే అవి పుణ్యలోకాలకి పోతే పోవచ్చు. కాని అవి ఆకల్తో చచ్చాకే అక్కడికి వెళ్ళగలవు. అ విధంగా మనం కూడా తర్కిస్తూ కూర్చుంటే మనక్కూడా ఆగతే పడుతుంది. అంచేత మనం అలా తర్కించడం చాలా తప్పు. మనకి కొన్ని రాజభోగాలు కావాలి. అలా మనం కొన్ని సాహసాలు క్రౌర్యాలు చేయాలి. ఆ సాహసాలు, క్రౌర్యాలు పాపాలనుకుంటే అలా అనుకునే వాళ్ళు మనలోంచి చీలిపోయి చావడం మంచిది. ఎందుచేతనంటే మనది పాముల పట్నం. మనం లోకాన్ని కాటేసి బ్రతకాలి. వర్ధిల్లాలంటే అన్యాయాలు చెయ్యాలి. పాపలోకంలో పాపులుగా ఉంటేనే మంచిది కాని పుణ్యాలు చేసి పుణ్యాత్ములుగా మారి పుణ్యశీకరిగా మారుస్తామంటే మట్టి కొట్టుకుపోతాం. అందుచేత ఇక ముందు దారి నాకు స్పష్టంగా తెలిసిపోయింది. ఆ తరువాత నాకు తిరుగులేదు... ఇందుకుగాను.... నేను మెట్టుగా ఎంచుకుని మామేనత్తను.....దాని కూతురును.... ఎలా అంటారా..... అది కూడా చెబుతాను.

మా అమ్మ చచ్చిపోయాకా...దాని శవాన్ని తగలేసి.... అందరూ ఎవరి దారిన వారు పోయారు..... ఆ చీకటిలో నేనొక్కడినే.... మెల్లగా.... చల్లగా..... భయంగా.... నీరసంగా ..... నిస్త్రాణంగా..... గుడిసెకి చేరుకున్నాను.

రేపటినుంచి ఎలా.... ఎలా రేపు గడపాలి.....

ఎవరిలా బ్రతకాలి. యాచించడం ఎలా..... దోచుకోవడం..... దొబ్బుకు రావాలా..... కష్టపడాలా......కఠిన శిలలా పడుండాలా ఏం చేయాలి.... కాని... ఆ మరుసటి రోజు.... నన్ను తీసుకువెళతానని మా మేనత్త వచ్చింది.......

గుడిసెని అమ్మింది..... తన వెంట నన్ను రమ్మంది....

ఎందుకని అడిగాను.... ఎందుకో వచ్చాకా నీకు తెలుస్తుంది అన్నది.... నిజంగానే వెళ్ళాక తెలిసింది.......

ఆ విధంగా.... నేను పుట్టిన గుడిసెను.... గడ్డను వదలి మా మేనత్తతో వెళ్ళినరోజు.

చీకటి.... చిమ్మచీకటి..... లోకమంతా చీకటి......

★★★

మా మేనత్తది శ్రీకాకుళం దగ్గం ఓ పల్లె.... ఆ పల్లెలో ఉన్నా! మా మేనత్త నోరు పెట్టుకుని జనాల్ని దబాయించి బ్రతుకుతున్నాది. ఆస్తి బాగానే

సంపాదించింది..... మేడ... చిన్నదే అనుకోండి.... కట్టుకుంది.... ఈమె నోరుకు జడిసి మామయ్య పారిపోయాడంటారందరూ.... "పిరికి సన్నాసి..... ఆడదాన్ని సుఖపెట్టడం సాతకాని సవట ఉండినా, ఊడినా వొకటే కదా" అని అంటోంది మా మేనత్త. అసలు విషయం మా మేనత్త చెల్లెలుతో లేచిపోయాడు(ట).... అయినా ఇవన్ని నాకనవసరం... మీకు అనవసరమే అనుకోండి..... కాని చెప్పాను కదా....మనం పైకి రావాలంటే బలహీనులమని శత్రువుని కాని మిత్రులని కాని నమ్మించాలని... నేను అదే తోవలో ఉన్నాను కదా మరి..

మరో విషయం..

మా అత్తకో కూతురుంది..... దానికి ఒంటినిండా కొవ్వుంది.... ఆ కొవ్వే కరిగించుకొనే సమయం కోసం చూస్తూ వుంది...... కరిగించే వాడికోసం తపిస్తూవుంది..... అంతేనా.... ఆమె ఒంటిమీద ఆరు వారాల నగలున్నాయి...... ఆ నగలలో బంగారముంది...... బంగారమంటే నాకెంతో ఇష్టముంది.... నాకు మేనత్తకూతురంటే ఇష్టం కూడా ఉంది.....దాని పడగొట్టే పథకం ఉంది...సమయం కోసం కాచుకునీ...... కాటువేసే సహనం ఉంది.... సహనంతో విజయాలు సాధించవచ్చుననే జ్ఞానం ఉంది.... జ్ఞానం ఇచ్చిన అణుకువ ఉంది..... అణుకువ వలన మా అత్తకు నేనంటే ఇష్టమని తెలిసింది.... ఇది తెలిసినవాడిని కనుకనే....... ఆమె ఇంటికి నౌకరుగా ఉన్నావని కూడా తెలిసింది. ఇలా ఆరు నెలలు గడిచాయి.

ఒకరోజు.......

మా అత్తపక్కూరు పెళ్ళికి వెళ్ళింది.... నన్నూ పక్కూరుకు బాకీ వసూలుకు పంపింది...... కాని పని వేగిరంగా ముగించుకుని.... ఇంటికి వచ్చాను. తలుపు కొట్టాను..... ఎదురుగా..... మా మేనత్తకూతురు... అదోలా నవ్వింది....ఆ నవ్వు భావం నాకు తెలుసు... అయినా తప్పుకుని ప్రక్కనుంచి వెళ్ళాను.... పులి కూడా వేటకు ముందు సహనం ప్రదర్శిస్తుంది... అది వేటగాడి టెక్నిక్.... టెక్నిక్కు తెలిసిన వేట రంజుగా ఉంటుంది...... మత్తుగా ఉంటుంది. హాయిగా.... గర్వంగా ఉంటుంది...మనకు నచ్చినంత సేపు వేటయొక్క ఆనందాన్ని అనుభవించడానికి సమయముంటుంది.

తెలివైన వేటగాడు తొందరపడడు.....

నేను తెలివైన వేటగాడిననే నమ్మకం నాకుంది......

ఆమెకు దూరంగా జరుగుతున్నాను... ఆమె తలుపుతీసి నాకు దగ్గరగా జరుగుతున్నది.... దానిని నెమ్మదిగా తాకాను... అది... కంచుబొమ్మలా గట్టిగాను... పాలరాతిలా సువాసనగానూ..... నాతో కలిసిపోయింది......

ఆ తరువాత...దాదాపు ఆరునెలలపాటు ఆమె నేను... నేను ఆమె... తెలియకుండా...... ఆనందంగా... హాయిగా.. మత్తుగా, జాలీగా..... కాలం గడిపాము.

కాని..... నా ఆలోచన వేరు...

మీకు ముందు చెప్పాను కదా.... ఒకవేళ చెప్పి ఉండకపోతే ఇప్పుడు చెబుతున్నాను...... మా అయ్యను, అమ్మను చంపిన లేదా అందుకు పురికొల్పిన పోలీసులు..... సమాజం..... మనుషులు.... మా అమ్మ శవంతో వ్యాపారం చేసిన బంధు జనమంతా....... అంతా హాయిగా ఉన్నారు.... కాని.... నేను.. మరొకరి పంచన బానిసగా బ్రతుకుతున్నాను..... ఎంతకాలం..... కనుక..... నేనొకటి ఆశించాను.......ఈ సమాజంలో నీతికన్నా అవినీతి న్యాయం కన్నా అన్యాయం, ధర్మం కన్నా అధర్మం ఎక్కువ కాలం హాయిగా ఉంటాయి.... వాటిని నమ్ముకున్నవారు హాయిగా ఉంటారు.... సుఖంగా....... చల్లని గదులలో... మెత్తని భవనాలలో... అంతకన్న మెత్తని ఆడవాళ్ళతో....... సువాసనలు వెదజల్లే విదేశీ మద్యాలతో...... మధ్యాహ్న మార్తాండాళ్ళా వెలుగొందుతుంటారు. ధర్మరాజు కన్నా దుర్యోధనుడు, రాముడు కన్నా రావణాసురుడు, క్లయింట్లు కన్నా లాయర్, చీమ కన్నా పాము, దుప్పి కన్నా పులి, పురుగు కన్నా బల్లి, పాము కన్నా రాబందు ఇలా చెప్పుకుంటూపోతే ఒకటవ వర్గం కన్నా రెండవ వర్గమే సుఖంగా ఉంది..... ఉంటూంది..... అందుచేత...

దోచుకోబడిన వారికన్నా.... దోచుకున్నవారు మిన్న అనే నినాదం నాస్వంతం చేసుకున్నాను.... కాబట్టి.... అన్నింటికన్నా దోచుకోవటం బెస్టు అని నమ్మాను..... ఇక్కడ మీకు నేను నమ్మిన మరో సిద్ధాంతం చెబుతాను.... థియరీలెందుకు..... థీముచెప్పు అని కసురుకోకండి.... థీము వెనుక దన్నుగా ఉన్న థియరీకూడా మీకు తెలియాలికదా.....

దోచుకు తినడం బెస్టు!! అనేటటువంటి పరమ ఘోరమైన నిశ్చయానికి ఏ మానవుడైనా సాహసంతో రంగంలోకి ఉరికి, మెలకువలతో వ్యవహరించి, పట్టుదలతో పనిచేస్తే!! వాణ్ణి మరింత ఆపడం చాలా కష్టం. చాలా చాలా దూరం

వెళ్తాడు. చాలా చాలా పైకి వెళ్తాడు, పాపభీతి, దైవభీతి, సంఘభీతి, ఏభీతి ఉండదు. ఆడు పెద్దపులిలా ఉంటూనే పరమ ధర్మరాజులాగ ఉండగలడు. తన బాగు కోసం కన్నతల్లి గొంతునొక్కగలడు. తండ్రి వెన్ను పొడవగలడు. తమ్ముడికి నెత్తురు తేగలరు. లొంగిన వాళ్ళను వారు అణుస్తారు. లొంగని వాళ్ళతో కలుస్తారు. అవసరం తీరిపోయాక నివురంతా కప్పేసుకుంటారు. దైవం, ధర్మం, అర్థం, కామం, సంఘం, స్వర్గం అన్ని తన కోసమే ఉన్నాయి. కాని తనవారికోసమూ ఉండనంటాడు చెదలా తినేస్తారు. పులిలా విరుచుకుపడతారు. దేశాన్ని అమ్ముతారు. ధర్మాన్ని చంపుతారు. వారు చాలా దూరం వెళ్తారు... నేనూ అలాగే వెళ్ళాను.......

ఆరోజు....... నేను...... మేనత్తకూతురు.....మాతో ఇరవైతులాలు బంగారం.... ఇరవై వేలు నగదు పట్టుకొని.... హైదరాబాదు వెళ్ళి.. అక్కడనుంచి బొంబాయి పారిపోయి వ్యాపారం చేసి సుఖపడతామనుకున్నాం... పారిపోయాం.... ఇద్దరం హైదరాబాద్ చేరుకున్నాం........ బొంబాయి రైలులో అడుగుపెట్టాను.... నేనొక్కడినే..... మా మేనత్త కూతురుకు హైదరాబాద్ లో 'హేండిచ్చీ నేను' ఆమె నగలు.... నగదును మాత్రం నా హేండ్ లో ఉంచుకున్నాను. ఇది తప్పని 'మనసు' చెప్పింది. అమ్మ... అయ్యా చచ్చిన రోజే నా మనసు చచ్చింది మరి...

ఆ తరువాత నేను ఒంటరిగా బొంబాయి చేరుకున్నాను......

అప్పుడుకూడా చీకటి.... లోకమంతా చీకటి....చిమ్మ చీకటి.... ముద్ద ముద్ద చీకటి.... ఇప్పుడు నేనో చీకటి ప్రపంచపు రాజును... పోలీసులు.... లాయర్లు మాయింటి ద్వారం దగ్గర పడికాపులు కాస్తుంటారు...... వారికి నేను నజరానాలు ఇస్తుంటాను.... వారు నాకు జేజేలు పలుకుతుంటారు.... నేను గాంధీగారి అంతటి గొప్పవాడినని.....నా ఆత్మకథ రాస్తానంటూ ఓ అర్ధరూపాయి కవి నన్ను వేధించుకుతింటున్నాడు.... అబ్బే అంత గొప్పవాడిని కాదంటే... అది మీ సింప్లిసిటీ అంటారు.....

ఉన్నవాడు ఖద్దరు ధరిస్తే సింప్లిసిటి..... కానివాడు వాడితే అది దర్టీ..... కల్చర్ లెస్ క్రీచర్...... ఆహా! డబ్బు మహిమ..... ఇంత జరిగాక నీకు చీకటంటే ఎందుకిష్టం అని మీరు ప్రశ్నించారా..? ఒకవిషయం చెప్పాలి.

మనిషి పాపాలకు ....ఘోరాలకు కారణం..... సమాజం కల్పించే చీకటి కోణం.... చేతకాక.....మరోదారి లేక.... ఈ కబుర్లు అనకండి..... న్యాయం కోసం కోర్టుకుపోతే..... అంతకన్నా ముందే న్యాయం కలవాడి చేయి పట్టుకొని ముందుకు

పోతూంది... పోలీసులను ఆశ్రయిస్తే ఏమి ఇవ్వలేని వాడికి న్యాయం మాత్రం తేరగా ఎలా ఇవ్వగలమని వారు తప్పుకుపోతారు.... లేదంటే తప్పు లేనివాణ్ని బలిచేస్తారు.

ఈ సృష్టిలో భగవంతుడు కూడా చీకటిని ఎందుకు సృష్టించాడంటారు... మనకోసం.......మనం పాపాలు చేయడం కోసం కాదంటారా....?

కప్పను చంపమని పామును ... పురుగును చంపమని బల్లిని.... లేనివాడిని చంపమని ఉన్నవాడిని....ధర్మాన్ని చంపమని అధర్మాన్ని సృష్టించలేదంటారా......?

ఏంటి సంభవామి యుగేయుగే అంటారా.. చూద్దాం... అంతవరకు మావంటి చీకటి మిత్రులు హాయిగా ఉంటారు కదా......!

మరో విషయమండి... నాకొక కొడుకు.... వాడి పేరు నిశి....చెప్పాను కదా.....నాకు చీకటంటే ఇష్టమని....... ఒక్కసారి వాడి మాట వినండి మరి......

"నాన్న ఈ లేబర్ ని కాల్చి చంపాలి...డర్టీ ఫెలోస్... కల్చర్ లెస్ బ్రూట్స్...." (కాని.. వారు లేకుంటే దేశ ప్రగతి ఆగిపోతుందని.. నేను చెప్పలేదు.. నాకువిశ్వాసం ఉన్నా సరే..!)

నా బంధుజనులు కూడా ఈ మాటంటే పడిచస్తారు.

మావాడికి కూడా చీకటంటే చాలా చాలా ఇష్టం...... ఏంటీ నా అంతటివాడిని చెయ్యమంటారా... ఎంతమాట!

మూడో కన్ను

కృతజ్ఞత అంటే కనుకొలుకుల్లో అశ్రువులై నిలిచేది. మాటల్లో లాంఛన రూపం దాల్చేది...

★★★

'డ్రగ్స్... ఈ ప్రపంచాన్ని.. ముఖ్యంగా యువతను నిర్వీర్యం చేస్తూ మృత్యువు వైపు నడిపిస్తున్న పిశాచి... ప్రపంచంలో దాదాపు ప్రతీదేశం... ప్రాంతం దీనివలన ఎంతో విలువైన మానవ వనరులను కోల్పోతున్నది. ముఖ్యంగా యువతను... విద్యార్థులారా... ఒక్కసారి ఆలోచించండి.. భూమ్మీదున్న ఎనభై నాలుగు లక్షల జీవాలలో మానవజన్మ వరప్రసాదం. దైవం మనకు మాత్రమే ఈ అవకాశం కల్పించాడు. శంకరుల వారు కూడా దుర్లభమైన ఈ జన్మ లభించడం మన అదృష్టం అన్నారు.. ఆలోచించండి.. విశాఖపట్నం లాంటి అందమైన నగరాలు కూడా డ్రగ్స్ మాఫియా మచ్చతో తన కీర్తిని పోగొట్టుకునే పరిస్థితి ఉంది.. ఒక్కసారి ఆలోచించండి.. సరదాగా.. అలవాటు చేసుకుంటే.. వ్యసనంగా మారిపోతున్నది. దోపిడీలు.. మర్డర్లు.. మానాలను కోల్పోవడం.. చివరకు మరణం... ఇదా మీనుంచి తల్లిదండ్రులు, కళాశాలలు విశ్వవిద్యాలయాలు, దేశం కోరుకుంటున్నది.. ఇదేనా మీరనుకుంటున్న నాగరికత... మీ భవిష్యత్తు... మీ చేతుల్లో ఉంది.. ఇరవై రెండు సంవత్సరాలకే జీవితంలో స్థిరపడిన.. లక్షలు సంపాదిస్తున్నవారి విజేతల వివరాలు... ఈరోజు మీ సెల్ ఫోన్స్ లో ఉన్నాయి. చదవండి... తెలుసుకోండి... వ్యసనం జోలికి పోకండి.. జీవితం ఒక సంపూర్ణమైన వాక్యంలాంటిది. మనం కర్తలం. అనుభవం, కర్మ దానికి ప్రతిస్పందన క్రియ.. ఆ క్రియ మీ జీవితానికి చుక్కాని కావాలి..."

ఎదురుగా ఆడిటోరియంలో చప్పట్లు...

నేనో కళాశాలలో తెలుగు లెక్చరర్ని.. పీ.జీ. సైకాలజీ కూడా చదివాను.. మోటివేషనల్ స్పీచ్ ఇస్తుంటా.. ఈరోజు 'డ్రగ్స్' వ్యతిరేకదినోత్సవం.. నేనో ప్రైవేట్ ఇంజనీరింగ్ కళాశాల వారి ఆహ్వానం మేరకు ప్రసంగించడానికి వెళ్లాను.. అందరి

ముందు కళాశాల యాజమాన్యం నన్ను ఘనంగా సత్కరించింది.. విద్యార్థులు నాతో సెల్ఫీలు తీసుకున్నారు. వారి పుస్తకాలలో నా సంతకాలు తీసుకున్నారు. ఇన్ని వందల మందిలో ఏ ఒక్కరో.. ఇద్దరో.. నా ఉపన్యాసంను గుర్తుంచుకుంటారు...

నా కారు వరకు వచ్చి యాజమాన్యం నన్ను సాగనంపింది.. కారులో కూర్చుని స్టార్ట్ చేశాను... నా ఫోన్ ఆన్ చేశాను.. ఇటువంటి కార్యక్రమాలకు వచ్చినప్పుడు ఫోన్ స్విచ్ ఆఫ్ చేస్తాను.. ఆడిటోరియంలో అందరిని వారి వారి ఫోన్స్ ని సైలెంట్ లో పెట్టుకోమంటాను.. ఫోన్లో.. దాదాపుగా ఓ 10 మిస్డ్ కాల్స్ ఉన్నాయి.. నా మిత్రుడు రాజశేఖరం.. మా మధ్య స్నేహం వయసు నాలుగు పదులు.. మా వయసు ఐదు పదులు.. నాకన్నా వాడి హోదా పెద్దదే.. అయినా మా మధ్య ఆర్థికపరమైన లావాదేవీల తగవులు లేవు. జీవితంలో గొప్ప ఫిలాసఫీ అవతలి వారి ఫిలాసఫీని ఆ కోణంలోంచి ఆలోచించటమే... ఇది మా స్నేహ రహస్యం...

ఫోన్ చేశాను.. అట్నుంచి రాజశేఖరం గొంతులో దుఃఖం..

"ఏమైందిరా.." అన్నాను.. సౌమ్యంగా

"కుదిరితే రాత్రికి రాగలవా.." అన్నాడు దీనంగా...

"ఇప్పుడే వచ్చేస్తా.. అర్జెంట్ అయితే.." అన్నాను.. వాడి గొంతులో అటువంటి దుఃఖం నేనెప్పుడూ వినలేదు మరి..

"అయితే వచ్చి.. సరోజికి చెప్పు.. లేదంటే గాబరా పడుతుంది" అన్నాడు.. 'సరే' అన్నాను.. సరోజ నా భార్య.. మాది ప్రేమ వివాహం.. కులాంతరం.. రిజిస్టర్ మ్యారేజ్ చేసుకున్నాం.. యూనివర్సిటీ తోటల్లోని ప్రేమ.. వాడే సాక్షి సంతకం చేసాడు.. నేను ఇంటికి ఫోన్ చేసి.. బయలుదేరాను.. కారులో ఫ్యూయల్ ట్యాంక్ కి సగానికి ఉంది.. ఎండాకాలంలో.. అలానే ఉండాలి.. ట్యాంక్ నిండుగా ఉంటే ప్రమాదాలు జరిగే అవకాశం ఉంది.. నేను.. హైవే ఎక్కేసరికి దాదాపుగా మధ్యాహ్నం ఒంటిగంట అయింది.. శ్రీకాకుళం నుంచి విశాఖపట్నం వెళ్లాలి.. అరవై, డెబ్బైల మధ్య వెళ్లినా.. గంటన్నర.. రెండు గంటల్లో వెళ్లిపోతా.. వాచీ చూసుకున్న.. సరిగ్గా పన్నెండయింది..

దారిలో తగరపువలస దగ్గర ఒక కొబ్బరి బొండం త్రాగేను..

అప్పుడే ఫోన్.. 'మా వాడిని.. ఆసుపత్రిలో జాయిన్ చేసాం. అక్కడికే వచ్చేయ్..' అని ఆసుపత్రి పేరు చెప్పాడు మా వాడు...

నేను.. కారును.. వేగంగా పోనిచ్చాను.. కారులో.. ఏ.సి.. చల్లగా ఉంది...

మా వాడికి ఒక్కడే కొడుకు.. పెళ్లయిన ఆరేళ్ళకు పుట్టాడు. రాగిణికి ఏదో గైనిక్ ప్రాబ్లం ఉందని తెలిసింది. కడుపులో నొప్పి అని ఆసుపత్రికి వెళ్తే గర్భసంచి తీసేయాలన్నారు. రాగిణి మావాడి భార్య.

ఒక్క కొడుకును బాగానే చదివించాడు. క్రమశిక్షణతోనే పెంచాడు. యశ్వంత్ వాడి పేరు. వంశానికి యశస్సు తెస్తాడనే అనుకున్నారు. ఇంటర్లో జిల్లాలో టాప్ టెన్ లో ఒకడిగా నిలిచాడు. కార్పొరేట్ కళాశాలలో చదివాడు. ఎంసెట్ లో మంచి ర్యాంకర్.. వైజాగ్ లోనే ప్రసిద్ధమైన ప్రైవేట్ యూనివర్సిటీలో జాయిన్ అయ్యాడు.. అంతవరకు కథ సజావుగానే ఉంది.. మరి ఇప్పుడేమైంది.. ఎందుకిలా ఆస్పత్రి పాలయ్యాడు.. హాస్టల్ తిండి పడలేదేమో.. తల్లిదండ్రులకు దూరంగా ఉండటం.. హాస్టల్ జీవితం వాడికి కొత్తకాదు.. మరి.. ఇదేమిటి.. ఆలోచనల మధ్యనే మావాడు చెప్పిన హాస్పిటల్ ప్రాంగణంలోకి చేరుకున్నాను.. గార్డు చెప్పిన.. పోర్టికోలో కారు పెట్టి.. లిఫ్ట్ లో మీదకు వెళ్ళను..

రూమ్ చల్లగా ఉంది.. మంచంపైనే అచేతనంగా యశ్వంత్ దుఃఖమూర్తులుగా రాజశేఖరం, రాగిణి...

నన్ను పట్టుకుని బోరుమన్నాడు రాజశేఖరం...

“అసలేం జరిగింది..” అన్నాను యశ్వంత్ వైపు చూస్తూ.. తల మీద జుట్టు రాలిపోయి ఉంది.. కళ్ళు బాగా పీక్కుపోయాయి.. కాళ్లు చేతులు.. సన్నగా.. పుల్లలా ఉన్నాయి.. పద్దెనిమిది సంవత్సరాల కుర్రాడంటే నమ్మబుద్ధి కాదు.. వాడి ప్రక్కన కూర్చుని... రాగిణి ఏడుస్తున్నది.. ఒక్కగానొక్క కొడుకు.. తెలివైన విద్యార్థి.. ఎంతో ఎదగవలసిన వాడు.. ఇలా.. ఎలా..?

నేను భోజనం సంగతి మర్చిపోయాను.. కానీ.. రాజశేఖరం మరచిపోలేదు.. తను తెచ్చిన క్యారేజ్ విప్పాడు.. ముగ్గురికి తినాలనిపించలేదు.. ఏదో నాలుగు మెతుకులు కొరికాం.. అంతే.. ఇంతలో నర్స్ వచ్చింది.. ఏవో ఇంజక్షన్స్ ఇచ్చింది.. బలవంతంగా మాత్రలు మింగించింది.. వాడు మత్తులోకి జారుకున్నాడు..

మావాడు చాలా క్యాలిక్యులేటెడ్.. కొడుకుని అలానే పెంచాడు.. కానీ.. ఎక్కడో లెక్క తప్పింది.. జీవితం కూడా ఓ లెక్క లాంటిదే.. ప్రతి స్టెప్పు మళ్లీ ఒకసారి పరిశీలించి చూసుకుంటే మొత్తం లెక్క తప్పడానికి వీలు ఉండదు..

నేను.. మా వాడు.. క్రిందకి వెళ్ళాం.. అసలేం జరిగింది...

క్రింద.. విజిటర్స్ లాంజ్ లో కూర్చున్నాం.. మొత్తం అంతా ఏ.సీ. వలన చల్లగా ఉంది.. ఎదురుగా పెద్ద టీ.వీ... ఏవేవో సీరియల్స్ వస్తున్నాయి.. సమయం మూడైంది.. ఒక దగ్గర కూర్చున్నాం..

"అసలు ఏంటిది.. వాడెందుకలా తయారయ్యాడు.. ప్రాణాలు కన్నుల్లో ఉన్నాయి..' అన్నాను నేను విషాదంగా..

వాడిలో దుఃఖం కట్టలు త్రెంచుకుంది.. మగాడు పబ్లిక్ గా ఏడవలేదు.. సమాజం హర్షించదు.. ఇదో దరిద్రం.. ఓర్చుకొని మెల్లగా చెప్పసాగాడు..

★★★

"ఏమండీ.. ప్రిన్సిపాల్ ఫోను.. మీతో ఏదో అర్జెంట్ గా మాట్లాడాలట..." అని రాగిణి ఫోన్ అందించింది.

"చెప్పండి..." అన్నాడు రాజశేఖరం... కొద్ది క్షణాలకే అతను ముఖంలో రంగులు మారాయి.. ఆందోళనగా ఫోన్ తన భార్యకు ఇచ్చి బయలుదేరాడు... రెండవ శనివారం.. సెలవు.. తెల్లవారితే ఆదివారం.. కొడుకు యశ్వంత్ ను హాస్టల్లో కలవాలని భార్యాభర్తల ప్లాన్ చేసుకున్నారు. కానీ.. ఇంతలోనే..

"మీవాడు.. అదిగో అక్కడున్నాడు.. వెళ్లి చూడండి" ప్రిన్సిపాల్ కూడా రాజశేఖరం వెంట వెళ్ళాడు. అతను చూపినగదికి వెళ్ళాడు. యశ్వంత్ నిస్త్రాణగా పడి ఉన్నాడు.. శరీరం వణుకుతున్నది.. చెమటలు పట్టి ఉన్నాయి.. ఏదో మగతలో ఉన్నాడు..

"ఏమయింది.." రాజశేఖరం కంఠంలో కోపం.. లక్షలకు లక్షలు ఫీజులు తీసుకుంటూ హాస్టల్ విద్యార్థులను గాలి కొదిలేస్తున్న వైనం.. అతనికి కోపం తెప్పించింది..

"డ్రగ్స్ అలవాటు పడ్డాడు.. డాక్టర్స్ పర్యవేక్షణలో ఉన్నాడు.. మేమంతా కట్టుదిట్టంగా ఉన్నా.. డ్రగ్స్ క్యాంపస్ లోకి వస్తున్నాయి.. పోలీసుల నిఘా కూడా మా పైన ఉంది.. చాలా జాగ్రత్తలు తీసుకుంటున్నాం.. మీ అబ్బాయి వంటి వారు ఓ పదిమంది దాకా ఉన్నారు.. అందరిని ఇంటికి పంపిస్తున్నాము.. అందుకే మీకు కూడా.." అతడు మరి మాట్లాడలేకపోయాడు.. నేను కూడా టీచింగ్ ప్రొఫెషన్లో గడిచిన మూడు దశాబ్దాలుగా పనిచేస్తున్నాను.. డిగ్రీ కళాశాలలకు ఈ జాడ్యం

వ్యాపించింది... చాప కింద నీరులా యువతను తినేస్తున్నది.. వారం క్రిందట.. భోజనానంతరం ఓ బియస్సీ కుర్రాడు.. డ్రగ్స్ తీసుకొని క్లాస్ కి వచ్చాడు.. క్లాసులో మేడం చేయి పట్టుకున్నాడు.. సీ.సీ. కెమెరాలో నుంచి చూసిన ప్రిన్సిపల్ అప్రమత్తమై.. విద్యార్థిని పిలిపించి.. తన కారులో ఇంటికి పంపేశాడు.. ఆనాటి నుంచి అబ్బాయి కాలేజీకి రావడం లేదు..

'కిం కర్తవ్యమ్'.. యశ్వంత్ ను తీసుకొని.. ఇంటికి చేరాను. రాగిణి ఆందోళన పడింది.. మెల్లగా చెప్పాను.. బుర్ర బాదుకుని ఏడ్చింది.. మనకే ఎందుకిలా అని నా గుండెల మీద పడి మూర్ఛపోయింది.. ఓదార్చను.. ఏమీ కాదు అని.. కానీ.. నాకు తెలుసు.. దీని పర్యవసానాలు..

ఆ రాత్రంతా యశ్వంత్ చేసిన అల్లరి.. ఏడుపు.. చూపించిన నరకం అంతా ఇంతా కాదు.. వాడికి డ్రగ్స్ కావాలి.. ఇంజక్షన్ కావాలి.. దాని కోసం బీభత్సం చేశాడు.. డాక్టర్ కి ఫోన్ చేశారు దంపతులు.. ఆయన వచ్చి మత్తు ఇంజక్షన్ నిద్రమాత్రలు ఇచ్చారు.. ఆ రోజు నుంచి యశ్వంత్ ఆరోగ్యం క్షీణించింది.. ఆస్పత్రిలో చేర్చక తప్పలేదు.. ప్రాణాలకు ప్రమాదం లేదన్నాడు డాక్టర్.. ఇంకా ప్రాథమిక దశలోనే శరీరం ఉందట.. డి. ఎడిక్షన్ సెంటర్లో జాయిన్ చేస్తే మంచిది అంటున్నారు. "మా ఇద్దరి బంధువులకి ఇది చేరటం మాకు ఇష్టం లేదు" అన్నాడు రాజశేఖర్ బాధతో...

నేను ఆలోచనలో పడ్డాను.. సాయంత్రం ఐదు కావచ్చింది. ఇద్దరం అక్కడ క్యాంటీన్లో టీ త్రాగాం..

"ఓ పని చేద్దాం.. నేనో పది రోజులు సెలవు పెడతాను. మీ ఇద్దరూ మామూలుగానే ఉండండి.. అనంతగిరిలో నాకు తెలిసిన డి.అడిక్షన్ సెంటర్ ఉంది. డాక్టరు సోమశివరావని మంచి డాక్టర్.. నాకు బాగా తెలుసు.. బెంగ పెట్టుకోకు.." అని వెంటనే సోమశివరావుకి ఫోన్ చేశాను.. 'రేపే తెచ్చిమన్నాడు' అన్నాను.

ఆ రాత్రి.. డాక్టర్ తో మాట్లాడాము.. "కారులో వద్దు. మా అంబులెన్స్ లో తీసుకువెళ్లండి.. నిరంతరం అబ్జర్వేషన్ అవసరం' అని అంబులెన్స్ ఏర్పాటు చేశాడు. బిల్ చెల్లించి అతన్ని నమస్కరించి ముగ్గురం, యశ్వంత్ బయలుదేరాం. నేను సరోజ కు ప్రతి విషయం ఫోన్లో చెప్పాను..

అనంతగిరి చేరే సరికి రాత్రి పదకొండు అయింది. దారిలో ఎస్.కోట దగ్గర అందరం టిఫిన్ చేసాం.. యశ్వంత్ గొంతులో ఏదో పోసింది నర్స్.. నిద్రలోకి జారిపోయాడు..

★★★

'ధన్వంతరి డి. అడిక్షన్ సెంటర్' గేటు ముందు అంబులెన్స్ ఆగింది. మేమంతా దిగాము.. డాక్టర్ సాంబశివరావు వచ్చారు.. యశ్వంత్ ను చూశారు.. మేము ఇచ్చిన రిపోర్ట్స్, అంబులెన్స్ సిబ్బంది చెప్పింది ఆయన విన్నారు.. 'పర్వాలేదు.. వారం రోజుల్లో మామూలు మనిషి అవుతాడు.. కానీ.. ఆ తర్వాత జాగ్రత్త సుమా.." అన్నాడు.. నా వైపు చూసి.. నేను రాజశేఖరం దంపతులను పరిచయం చేశాను. డాక్టర్ వారికి ధైర్యం చెప్పాడు.. వారికి కాస్త ధైర్యం వచ్చింది..

ఆ రాత్రే వైద్యం ప్రారంభించాడు.. అంబులెన్స్ సిబ్బందికి అనుకున్నంత మొత్తం కన్నా కాస్త ఎక్కువ ఇచ్చాడు రాజశేఖరం.. వారు ఆనందంగా వెళ్లిపోయారు..

మర్నాడు ఉదయం.. ముగ్గురం.. లేచాం.. అనంతగిరి అరకు ముందు వచ్చే అందమైన ప్రాంతం.. ఏప్రిల్ నెల కావటం చేత కొంచెం చలి ఉంది.. 'తైడాబెల్స్' 'జంగిల్ బెల్స్' వంటివి చూడాలి.. కాఫీ తోటల నుంచి వచ్చే సువాసన బాగుంది..

యశ్వంత్ లో కాస్త నెమ్మదితనం కనిపించింది.. మందులకు అతని శరీరం, మెదడు సహకరిస్తున్నాయి..

"ఆనందాన్ని వెతుక్కోవటంలో ఒక్కొక్కరూ ఒక్కొక్క పద్ధతిలో వెళతారు. కొందరు ఆటపాటలను వ్యసనంగా చేసుకుంటారు. మరికొందరు ఇదిగో ఇలా.. స్ట్రక్చరల్ థియరీ ఆఫ్ మైండ్ అంటారు.. దీనికి లోనవుతారు. తాగుడు, దొంగతనాలు, క్షణికానందం కోసం ఇతరులను హింసించడం. తన ఆనందం కోసం ఏ పనైనా చేయవచ్చు అని అనుకుంటారు. చిన్నప్పటి నుంచి అల్లారు ముద్దుగా పెరగటం వలన ఆడింది ఆటగా, పాడింది పాటగా ఎంజాయ్ చేస్తారు..." అని ఆగి రాజశేఖరం దంపతులు వైపు చూసాడు. వారు మెల్లగా తలదించుకోవడం చూసి 'నేను జనరల్ గా చెబుతున్నాను. మీకు తెలియాలని... మీవాడు ఆ కోవకుచెందినవాడని నేననుకోవటంలేదు. అతడులో కొంచెం భయం ఉంది. కానీ.. కొకైన్, హెరాయిన్ వంటి డ్రగ్స్ మెదడును ప్రభావితం చేస్తాయి. దాని వలన కలిగే పరిణామాలు వారికే తెలియవు. సరే.. అవన్నీ వదిలేద్దాం.. ఎవరో ఒకరిక్కడ ఉంటే చాలు.. ప్రకృతి మనిషిని శుభ్రపరుస్తుంది... పర్వాలేదు.." అన్నాడు డాక్టర్.. ఎవరుంటారు.. 'నేనుంటాను'

అన్నాడు రాజశేఖరం.. 'నేనుంటాను' అన్నది రాగిణి.. 'వద్దు.. మీరిద్దరు వద్దు.. ఓ పది రోజులు నేనుంటాను. యశ్వంత్ నీకే కాదు.. నాకు కొడుకే.. దేని గురించి ఆలోచించకండి.. ఇంటికి వెళ్ళండి.. నాలుగైదు రోజుల తర్వాత రండి.. అప్పుడు నేను వెళ్తాను.. ఈ కొండ కోనల్లో.. తోటల్లో తిరిగి చాలాకాలమయింది..” అన్నాను నేను.. వారి కళ్ళలో కన్నీరు..

“మరి డ్రామా ఎక్కువవుతున్నదేమో” అన్నాను.. నవ్వుతూ.. తొలిసారిగా దంపతులిద్దరు నవ్వారు.. ఒక్కసారి యశ్వంత్ బెడ్ దగ్గరకు వెళ్లారు.. వాడు కూడా స్పందిస్తున్నాడు. అమ్మ చేయి గట్టిగా పట్టుకున్నాడు.. ఆమె ఏడ్చింది.. “అతడు మగతలో ఉన్నాడు” అంది నర్స్.. “మీరు వద్దు అనేది అందుకే.. ప్రేమాభిమానాలు అవసరమే.. కానీ.. ఎక్కువ కాకూడదు కదా..” అన్నాను. వారు బయలుదేరారు.. సాయంత్రం.. ఐదు గంటల సమయం..

చీకట్లో ఉన్నామని దిగులు పడుతూ కూర్చుంటే, జీవితం చివరి వరకు అగ్గిపెట్టి గూట్లోనే ఉండిపోతుంది.. ఈ విషయం మాకు తెలుసు. ఎటువంటి పరిస్థితిని అయినా తట్టుకునే ధైర్యం మాకు ఉందని అర్థమైంది.. డాక్టర్ సోమశివరావు స్నేహస్తమందింది... కానీ.. అందరూ యశ్వంత్ లు కాలేరు.. వైద్యానికి రోగి సహితం స్పందించాలి.. సహకరించాలి.. ప్రాథమిక దశలో ఇది సాధ్యం.. ఎడిక్ట్ అయిపోతే.. కష్టం.. మరణం తథ్యం..

★★★

ఆ గ్రామమంతా పండగ చేసుకుంటుంది.. శ్రీకాకుళం జిల్లాలోని బిర్లంగి అని ఓ వంద గడపల గ్రామం.. ఆ గ్రామ విద్యార్థి ఇండియన్ ఇంజనీరింగ్ సర్వీసెస్ కు ఎన్నికయ్యాడు.. మంచి ర్యాంక్ సంపాదించుకున్నాడు.. ఈరోజు ఆ యువకుడు గ్రామానికి వచ్చాడు.. అతడి అమ్మానాన్న, గ్రామంలోని యువకులు, శ్రేయోభిలాషులు పండగ చేసుకుంటున్నారు..

'ఇటువంటి యువత దేశానికి అవసరం. అతని జీవితం గురించి నాకు తెలిసింది. నిజంగా అతనో యోధుడు. అతనిని కన్న తల్లిదండ్రులు ధన్యులు. అతనిని యువత రోల్ మోడల్ గా తీసుకోవాలి. ముఖ్యంగా వారి తల్లిదండ్రులను నేను సత్కరించ దలుచుకున్నాను. వారిని వేదిక మీదకు సగౌరవంగా ఆహ్వానిస్తున్నాను' అన్నాడు జిల్లా కలెక్టర్. ఆ ఇద్దరు వేదిక మీదకు వెళ్లారు.. నన్ను కూడా కలెక్టర్ గారి అనుమతితో పైకి పిలిచారు.. నేను వెళ్ళాను..

రాజశేఖరం, రాగిణి, యశ్వంత్, నేను కలెక్టర్ తో ఫోటో తీయించుకున్నాం.. ఇంతకన్నా ఆనందకరమైన సన్నివేశం మా జీవితంలో మరొకటి ఉండదు. మా కంట్లో కన్నీరు.. తను అస్తిత్వాన్ని మా చొక్కాల పైన పడి పోగొట్టుకుంటూ....

"గతం తప్పుని వర్తమానంలో ఆలోచించి భవిష్యత్తు సరిదిద్దుకోవడమే జీవితం" ఏదో పుస్తకంలోని వాక్యం గుర్తుకు వచ్చింది.

ఓ తల్లి గురించి....

"నా చిన్నప్పుడు బోయవాడి ఆకలి తీర్చడం కోసం ఓ పక్షి తనకు తానుగా మంటల్లోకి దూకిందట... ఇది తలుచుకుంటే వర్తమానంలో నవ్వు వస్తుంది.. " అన్నాను నేను నా మిత్రుడు చందుతో...

" తప్పులేదు... ఆ కాలం నీది కాదు.. ఆ ధర్మం నీకు తెలియదు.. నవ్వు రావటంలో వింత లేదు... కానీ... ఆ. . పక్షి తన సహధర్మచారైన భర్తను ఆ బోయ చంపి, దాని మాంసాన్ని... తన ఎదుటే మంటల్లో కాల్చి... తినేసి... ఇంకా... ఆకలి తీరక చెట్టు పైన ఉన్న ఆ పక్షి వైపు చూసాడు.. అప్పుడు.. ఆ ఆడ పక్షికి దుఃఖం వలన కలిగిన జ్ఞానం కలిగింది. అతిథి గౌరవం... తన భర్తను చేరుకోవడం... తన ధర్మంగా భావించింది... అదోసారి కొమ్మ మీద... తన గూట్లో ఉన్న రెక్కలు రాని పిల్లల కోసం ఆలోచించింది... కానీ.. ఆ పిల్లలకు కారణం... ఈ భర్త కదా.. ఇది ధర్మం... వర్తమానంలో ఇది అధర్మంగా కనిపించవచ్చు. సిల్లీగా ఉండొచ్చు... అవునా.." అన్నాడు కాస్త సీరియస్ గా...

నేను... వాడు... నాలుగు దశాబ్దాలుగా స్నేహితులం... మా మధ్య కుటుంబ విషయాలు కన్నా ఇటువంటి విషయాల చర్చ ఎక్కువ... ఇద్దరం పదవీ విరమణ చేసిన లెక్చరర్స్ మే... 60లు దాటిన వారమే... బాధ్యతలు ఏమీ లేని... భగవంతుని కృపకు పాత్రులమే... సాయంత్రం బీచ్ ఒడ్డున వాకింగ్... మాకు నిత్య కృత్యం....

'ఇంతకీ... ఎందుకీ టాపిక్...' అడిగాడు మిత్రుడు...

" మా ఇంటి దగ్గర... ఓ పిచ్చుక... ఏ.సీ. వెనుక ఖాళీ ప్రాంతంలో చిన్న గూడు పెట్టింది... వాటిలో గుడ్లు పెట్టింది... కానీ... ఓ రోజు పిల్లి... వాటిని తినేసింది... "ఆగాను... ఆ దృశ్యం నా కళ్ళ ముందు కదులుతున్నది.. "ఆ తల్లి పక్షి... తండ్రి పక్షి... కింద పడిన గూడు దగ్గర... దాని చుట్టూ ఉన్న గుడ్డు యొక్క పెంకులు చుట్టూ తిరిగాయి... ఇంతలో పిల్లి... ఎటు నుంచి వచ్చిందో పరుగున వచ్చి... మగ పిచ్చుకను నోట కరుచుకు పోయింది... " కాస్త ఆగి వాడి ముఖంలోకి చూసాను. ఆసక్తి కనబడింది.. నేను కొనసాగించాను. " అప్పుడు... ఆ తల్లి పక్షి... అలా

ఉండిపోయింది... నేను ఒకటి రెండు సార్లు కర్రతో అదిలించాక... ఎగిరిపోయింది... భారంగా... పనిమనిషి చేత అక్కడ క్లీన్ చేయించాను... కానీ... నా మనసులో ఆ దృశ్యంను తుడిచిపెట్టలేకపోతున్నాను. నేటి కాలానికి... మనం నమ్మిన ధర్మాలకు ఆ చిత్రం సింక్ అవ్వటం లేదు... " .... నా గొంతు జీర పోయింది... ఆ ఆడపిచ్చుక ఎవరికోసం అంతగా దుఃఖించి ఉంటుందో... భర్త కోసమా... పిల్లల కోసమా... ఇవి నా ఆలోచనలు...' అని ఆగాను........ ఇద్దరం ఓ దగ్గర కూర్చున్నాము. సముద్రగాలి చల్లగాఉంది

"కచ్చితంగా పిల్లల కోసమే... " అన్నాడు చందు...

" అంత ఖచ్చితంగా ఎలా చెప్పగలుగుతున్నావు" అన్నాను నేను...

నేను చదివిన ఓ మాట.. కాదు.. కవిత చెబుతాను విను" ఓ తల్లి చెంప మీద ఓ కన్నీటిని గాలి తెమ్మెర మెల్లగా... చెవిలో అడిగిందట... ఎందుకు ఏడుస్తున్నావు... పోయిన పిల్లాడి కోసమా అని... అప్పుడు ఆ కన్నీరు అందట... ఓ తెమ్మెర.... ఆమె ఏడుస్తున్నది పిల్లాడి కోసం కాదు... ఆ సమయంలో పుట్టిన ఓ తల్లి గురించి అందిట... " అతను ఆపాడు.. మా ముందు సముద్రంలో ఓ పెద్ద కెరటం ఎగిరిపడింది. నురగ మా కాళ్ళ వరకు వచ్చింది... తెల్లగా... చల్లగా...

నేను మౌనంగా ఉండిపోయాను.. మనసు ఆర్ద్రమైనప్పుడు మౌనమే మాట్లాడుతుంది...

ఆ తల్లి పక్షి... నాకెందుకో మహోన్నతంగా కనిపించింది...

గొడుగు

"పిల్లలు లేని ఇంట్లో మీరెలా ఆనందంగా ఉండగలుగుతున్నారండీ" అంది నా భార్య అన్నపూర్ణ.

"పూర్ణా! తనకు లేనివాటిని గూర్చి చింతించకుండా, తనకు ఉన్న వాటిని గుర్తించి ఆనందించేవాడు తెలివికలిగిన వాడంటారు తెలుసా." అన్నాను నేను, బయటకు బయలుదేరుతూ...

ఆకాశం మేఘావృతంగా ఉంది. రెండు రోజులుగా ముసురు పట్టి ఉంది. చలిగా కూడా ఉంది.

నా భార్య ఇంట్లోకి వెళ్ళి గొడుగు తెచ్చి ఇందండీ... తీసుకొని వెళ్ళండి.. తడిసిపోతారు.. అంది చేతికి అందిస్తూ.

నేను నవ్వుతూ తీసుకున్నాను. ఆమె ముఖం వైపు చూశాను. ఏదో తెలియని విషాదం... నాకు తెలుసు ఎందుకో...!

వయస్సు... నీ వాస్తవిక జీవితానికి కంటే నీ ఆలోచనకు సంబంధించిన వ్యవహారం దాని గురించి పట్టించుకోవడం మానేస్తే అది నిన్నేమీ చేయలేదు అంటారు మనోవైజ్ఞానిక శాస్త్రవేత్తలు, కాని.. భార్యాభర్తలు పదవీ విరమణ తరువాత మనలాంటి సంప్రదాయ దేశాల్లో ఇది సాధ్యం కాదనుకుంటాను. ముఖ్యంగా మధ్య తరగతి కుటుంబాల్లో......

★★★

నేను మండల కార్యాలయంలో ఓ మంచి హోదాలోనే పదవి విరమణ చేసాను. పి. ఎఫ్. వగైరాలు బాగానే వచ్చాయి. నేను ఉద్యోగంలో ఉండగానే బ్యాంకు లోనుతో ఓ రెండు పోర్షన్స్ ఇల్లు కట్టించాను. నాకు ఒకడే అబ్బాయి కుమార్. కూతురి కోసం నా భార్యనాతో యుద్ధమే చేసింది.. కాని.. నేను అప్పటికే ఆపరేషన్ చేయించుకున్నాను. నాకు జీవితం పట్ల భయముంది. నా భార్య, పిల్లాడూ... నేను.. ఎవరికీ చేయి చాచకుండా ఉండాలి. చిన్నప్పుడు నేనో ఇంగ్లీష్ పుస్తకంలో ఒక మగవాడి వ్యక్తిత్వాన్ని తెలుసుకోవాలంటే.. వివాహానికి ఒక నెలముందు, వివాహమైన

సంవత్సరం తరువాత అతని భార్య ఊహలను, అభిప్రాయాలను తెలుసుకొంటే సరిపోతుందని చదివాను. నేను పూర్ణను వివాహం చేసుకొన్న నాటి నుంచి దానిని అనుసరిస్తున్నాను.

ఆమెకు ఆడపిల్లలంటే ఇష్టం, ఆడపిల్లలేని ఇంట్లో లక్ష్మీదేవి నిలవదంటుంది. నిజమే.. ఓ మూడు పదుల కాలం వెనుక.. ఓ నిరుద్యోగికి ఇంట్లో బలవంతంగా వివాహం చేస్తే.. అతని పరిస్థితి ఏమిటి... ఇద్దరుముగ్గురు పిల్లలను ఎలా పెంచటం... ఆ నిరుద్యోగిని నేనే..

కుమార్ ఎం.టెక్ చేసాడు. ఈ మధ్యనే వివాహం చేసాము. ప్రక్క పోరన్స్లో ఉంటున్నాడు. కోడలు శ్రీవల్లి, ఆమె కూడా బి.టెక్ చేసి.... సాఫ్ట్వేర్ ఇంజనీర్గా హైదరాబాద్లో ఉద్యోగం. మా బాబు కోడలు ఇద్దరూ హైదరాబాద్ వెళ్ళిపోతామంటున్నారు. విశాఖపట్నం నుంచి హైదరాబాద్ ప్రతీసారి వెళ్ళిరావటం ఇబ్బంది కదా అనేది వారి అభిప్రాయం.

నా భార్య పూర్ణ బాధ అది కాదు. కోడలు వచ్చి సంవత్సర కాలం దాటిపోయింది. ఇంతవరకు ఎటువంటి 'సందడి' లేదని తనకో పాపను ఇచ్చేసి వారు హాయిగా ఎక్కడకు వెళ్ళినా ఆమె బాధపడదు మరి... ఎన్నోసార్లు.. నాతో ఈ విషయం తెలిపింది కూడాను. ఇది విన్న కోడలు కొంచెం చిన్నబుచ్చుకున్నట్లుంది.

అత్తా కోడళ్ళ మధ్య కనిపించని తెర నిర్మాణం జరిగిపోయింది.

మొన్న దసరానాడు...

ఏదో వంట సందర్భంలో కోడలును.. తల్లి కాలేదని పరుషంగా మాట అందని నా పూర్ణ మీద నా కొడుకు ఫిర్యాదు

ఆ రోజు ఎవరూ.. సరిగ్గా భోజనం చేయలేదు.. సమస్య లోతులకు మనిషి వెళ్ళకూడదు. వెళ్ళిన కొద్ది సమస్య మరింత జఠిలమవుతుంది.

దసరా... సరదా లేకుండానే వెళ్ళిపోయింది.

ఆ మరుసటి రోజే... కొడుకు.. కోడలు ఉద్యోగాల్లో జాయినవటం కోసం హైదరాబాద్ వెళ్ళిపోయారు.

నేనేమి అన్నానండి పిల్లని... నాకు మాత్రం ఎవరున్నారు. పిల్లలు వారిద్దరే కదా"... అని నా దగ్గర బోరుమంది పూర్ణ...

నేనేమి చెప్పగలను...!?

కాని... ఏదో పరిష్కారం ఆలోచించాలి...

వేసే ప్రతి అడుగుకి అంగుళం దూరంలో న్యాయాన్ని పెడతాడు దేవుడు, అందుకే స్వర్గాన్ని అంత ఎత్తులో కట్టాడు. కొందరే అక్కడకు చేరుకోగలరు, అంగలేసి అలసిపోనివాళ్ళు.. ఎక్కడ చదివానో గుర్తుకు రావటం లేదు కానీ... స్వర్గం.. నా ఇంట్లో ఏర్పాటు చేసుకోవాలి అందుకునే విధంగా, మరుసటి రోజు నేను హైదరాబాద్ బయలు దేరాను.

★★★

లుంబినీ పార్కు చాలా బాగుంది. అందం, ఆహ్లాదం.. ఉన్నాయి. బుద్ధుడు ఆశీర్వదిస్తున్నారు. పూర్ణను కూడా తీసుకు రావల్సింది. కాని... నా ఉద్దేశ్యం వేరు..

నేను నా కోడలితో పార్కుకు వచ్చాను, అబ్బాయికి చెప్పాను... నేనేం మాట్లాడతానో..

" చెప్పండి మామయ్యా. ఏదో రాయబారానికి వచ్చినట్టున్నారు. అంది పాప్కార్న్ నములుతూ.. నీకు తెలియనిదేముందమ్మా... మీ ఆడవాళ్ళ మధ్య రాజీ కుదుర్చుదామని" అన్నాను నవ్వుతూ... నా కోడలు ఆహ్లాదంగా నవ్వింది..

"మేమసలు తగువు లాడుకోలేదు... మామయ్యగారు జస్ట్ మాట్లాడుకున్నాం. ఆమె బాధ నాకు తెలుసు. నేను.. మీ అబ్బాయి పెళ్ళికి ముందే ఓ సంవత్సరం పాటు పిల్లలు కలగకుండా జాగ్రత్త పడాలని అనుకున్నాం. అందుకే అలా.. అది అత్తయ్యగారికి అర్థం కాదు. మనకేమి లేదా... పోదా అంటారావిడ."

" నేను ఆలోచనల్లో పడ్డాను. నా భార్య అన్నమాటల్లో తప్పులేదు కదా... డబ్బు, ఉద్యోగం, అంతో ఇంతో నా ఆస్తి, అన్నీ ఉన్నాయి.. కదా.. మరెందుకు?

తనే చెప్పటం ప్రారంభించింది..

మామయ్యగారు మీరెందుకు ఒక్క బిడ్డ చాలనుకున్నారు." అని సూటిగానే అడిగింది. నేను చెప్పాను.. ఆమె చెబుతున్నది.

"మూడు పదుల కాలం వెనుక మీది నిరుద్యోగం .వర్తమానంలో మన దగ్గర ఉన్న డబ్బులు అతి స్వల్పం. మనం సంపన్నులం కాదు... ఏదో జరగరానిది జరిగితే.. ఆసుపత్రి ఖర్చులు లక్షల్లో తేలుతాయి... మావి ప్రయివేట్ ఉద్యోగాలు.. మీరు రిటైరైనారు ఆలోచించండి మామయ్య నేనేమీ తప్పుగా అన్నానా.. అంది తలదించుకొని..

నిజమే పూర్ణది సెంటిమెంట్... కోడలిది,, మెచ్యూరిటీ సెంటిమెంట్ తో పనిలేదు..

"అయితే ఇలా ఎన్నాళ్ళు... అన్నాను. ఆమెను సూటిగా చూస్తూ..

" ఆ విషయంలో... మీ అబ్బాయి ఒకడుగు ముందుకు వేసారు. ఇంతకాలంగా మా ప్రణాళికలు మాకున్నాయి. వాటికి అనుగుణంగా పని చేసాం. ప్రస్తుతం నేను.. ఆమె ముఖంలో సిగ్గు.

బుద్ధుడు చిరునవ్వులు చిందిస్తున్నారు. ఓ ఎర్రిన లైటు కాంతి.. ఆమె ముఖం పైన పడి,, మరింతగా శోభించింది.

"మామయ్య! అత్తయ్యకు మీరేమి చెప్పకండి.. నేను చెబుతాను. ఓ వారం పదిరోజుల్లో ఇద్దరం కలిసి వస్తాము.." అంది.

సరేనమ్మా... నీ ఇష్టం... నా పూర్ణ ఆనందమే నాకూ ఆనందం కానీ,, ఒక్క విషయం తల్లీ!సంపాదించడం అనేది ఒక వ్యసనం.. ఒకసారి దానికి అలవాటు పడితే అందులో ఉన్న ఆనందం ఇంక దేన్లోనూ దొరకదు. అది చదరంగం ఆటలాంటిది. ఆడుతునే ఉండాలి. అనుభవంతో చెబుతున్నాను. సుమా..." అన్నాను.

"లేదు మామయ్య... మాకు తెలుసు కదా..." అంది ఆత్మ విశ్వాసంతో

సన్నగా వర్షం ఆరంభమయింది.

మేము బుద్ధుని విగ్రహం క్రింద షెల్టర్ వద్దకు చేరుకున్నాము. వాన జోరు పెరిగింది.

నా సెల్ ఫోన్ రింగయింది. పూర్ణ 'ఎప్పుడొస్తున్నారు" అని అడుగుతున్నది.

'ఎవరు మావయ్య అత్తయ్యా...' కోడలు ప్రశ్న.

అవును అన్నాను.

వర్షం వెలిసింది.

ఆ మరుసటి రోజే నేను ఇంటికి చేరుకున్నాను.

"ఏమన్నారండి వారు.. అంది నిష్టురంగా తెచ్చి పెట్టుకున్న కోపమని నాకు తెలుసు..

"ఓ వారంలో వస్తామన్నారు. నీతోనే ఏదో మాట్లాడుతారట... అయినా నీకు ఆడపిల్లలంటే ఎందుకంత ప్రేమ పూర్ణ అడిగాను.

"ఆడపిల్ల ఇంటికి గొడుగు వంటిదండి.... ఎండ వానలనుండి కాపాడినట్టే... కష్టసుఖాలనుంచి తల్లిదండ్రులను ఆదుకుంటుంది. పెళ్ళయినా సరే, తన కన్నవారిని మరిచిపోదు. స్త్రీ ఇంటికి దీపం... కుటుంబానికి చుక్కాని... స్త్రీ జీవితమంటే మమకారాలే... తెలుసా...!

నా పూర్ణలో ఇన్ని తెలివి తేటలున్నాయా...

నిజమే.. స్త్రీ జీవితంలో ప్రేమ ఒక చరిత్ర, మగవాడి జీవితంలో ఒక ఆధ్యాయం....

ఆమెకు నేను నిజం చెప్పేసాను...

మబ్బుచాటు వానచినుకు

“అవమానం, ఆకలి, వేదన, నిస్సహాయత, దుఃఖం– పతనానికి ఇవన్నీ సోపానాలు. దిగితే క్రిందకు వెళతాం! ఎక్కితే పైకి వెళతాం... చిత్రం ఏమిటంటే దిగేవాళ్లే ఎక్కువవుతున్నారు..” అన్నాను నేను మిత్రుడు విశ్వనాథంతో...

“ఎవరి గురించి నీవు చెప్పేది... నీవు గవర్నమెంట్ కాలేజీ లెక్చరర్ వి. తాత, తండ్రులు సంపాదించిన ఆస్తి ఉంది. మా చెల్లి కూడా ఎం.ఎస్సీ, బీఈడీ చేసింది. టీచర్ ఉద్యోగం వచ్చినా కుటుంబం కోసం కాదనుకుంది.. ఒక్కర్తే కూతురు.. పెళ్లి చేసేసావు... ఎక్కడో అమెరికాలో ఉంది.. కనుక పైకి, దిగువకు అనేది నీకు తెలియదు.. జాలి తప్ప” అన్నాడు విశ్వనాథం నవ్వుతూ...

“నీకేమైంది... నీది కూడా నాలాంటి జీవితమే కదా... మన మధ్య స్నేహానికి నాలుగు దశాబ్దాల కాలముంది... అమ్మ పుట్టిల్లు మేనమామకు తెలియదా...” అన్నాను.

ఈరోజు మా కాలేజీలో అకడమిక్ ఆడిట్ ఉంది.. తొందరగా వెళ్ళాలి.. అన్నీ సర్దుకునే ఉన్నాను.. ఈలోగా ఇదిగో మిత్రుడు విశ్వనాథం వాడి మనవరాలు గురించి మాట్లాడడానికి వచ్చాడు.. వాచీ చూసుకున్నాను.. ఉదయం.. ఎనిమిదయింది.. ఫర్వాలేదు.. మరో గంటన్నర సమయముంది.

“ఇంతకీ... ఈ అవమానం, ఆకలి... డైలాగ్ ఎవరి కోసం నాయనా.. మీ కాలేజీలో మధుమిత కోసమేనా... మగాడు ప్రక్కన లేకపోతే... పూట గడవదట కదా...” అన్నాడు విశ్వనాథం.. ‘ప్రక్క’ అనే పదాన్ని వత్తి పలుకుతూ...

“ఆమెది కాంట్రాక్ట్ పోస్ట్... షోకులెక్కువ.. ఆదాయం తక్కువ, భర్త చనిపోయాడు. చంపేసిందనే అనుకుంటారు... ఒక్కగానొక్క కొడుకు డిగ్రీ చదువుతున్నాడు.. కులమేమిటో నాకు తెలియదులే.. తెల్లగా ఉంటుంది.. ఇంకా..” ఇంతలో మా ఆవిడ క్యారేజ్ తో వచ్చింది..

బయలుదేరదానుకున్నాము.. ఇద్దరం..

ఒక పాపను ఎత్తుకొని.. ఓ మధ్య వయసు స్త్రీ "శంకరం మాష్టారిల్లు ఇదేనా.." అని అడుగుతున్నది గుమ్మంలో నుంచి

"ఇదేనమ్మా... నేనే ఆ శంకరం మాష్టారిని.. నువ్వెవరమ్మా... దామ్మా లోపలికి వచ్చి చెప్పు ఏం కావాలో.." మళ్లీ ఇద్దరం కూర్చున్నాం... సమయం తొమ్మిది కావస్తున్నది...

"నీవు.. రామనాథం మేస్త్రి దగ్గర పనిచేసేదానవు కదా.." అన్నాడు విశ్వనాథం.. అతని మాటల్లో నీ గురించి "నాకు తెలుసులే" అనే సూచనుంది. ఆమె మౌనంగా నిలుచుంది.. చంకలో రెండేళ్ళ బాబు..

ఆమె.. వయసు నాలుగు పదులు దాటి ఉండవచ్చు. చామనఛాయ.. చర్మ సంరక్షణ లేక శరీరం శుష్కించి ఉన్నా, కళ్ళల్లో కాంతి ఉంది. ముఖం కళగా ఉంది.. నిద్రలేమి, భయం వలన కళ్ళు కింద నల్లని చారలు.. జీవితానుభవ పాఠాల సారాంశంను చెబుతున్న నుదుటి మీద గీతలు... వెలిసిన వాయిల్ చీర.. లోతుకుపోయిన బుగ్గలు.. చంకలో బాబుతో.. కళ్ళలో భయంతో.. ఆమె అలా నిలుచుండి పోయింది.. ఇంతలో.. నా భార్య వస్తూ..

"ఏమండీ.. ఆ పనిమనిషికి ఫోన్ చేయండి.. రెండు రోజులుగా రాలేదు.. పండగ వస్తున్నది.. పాప అల్లుడు రావచ్చు. చేయవలసినవి చాలా ఉన్నాయి.." అని వచ్చి.. ఆమెను చూసి ఆగి.. 'ఎవరీమె'.. అన్నట్టుగా చూసింది..

నేనేమీ చెప్పలేదు.. నాకు తెలియదుగా.. వాచి చూసుకున్నాను.. సమయం తొమ్మిదింపావు.. అమ్మో.. "ఆమె ఎవరో తెలియదు.. నాకోసం వచ్చిందట.. కాస్త కనుక్కో.." అని చెప్పి ఆమె వైపు తిరిగి "అమ్మ.. ఈమె నా ఇంటి హోమ్ మినిస్టర్.. నా గురించి ఏమైనా నీకు కావాలంటే ఆమెను అడుగు.. నాకు కాలేజీలో పని ఉంది.. పదరా..." అని ఇద్దరం బయటకు బయలుదేరాం.. ఇతరుల నుంచి తమకు కావాల్సింది అధికారంతో ఆత్మవిశ్వాసంతో తీసుకోగలిగిన వారే అంత నిస్వార్థంతో అంతే సంతోషంతో ఇతరులకివ్వగలరు. ఇందుకు నా భార్య మినహాయింపు కాదు..

★★★

సాయంత్రం ఆరైంది... మా కాలేజీలో ఆడిట్ ముగిసింది. ఇది ప్రతి సంవత్సరం రొటీన్ గా జరిగే తంతే.. నా ముందు ఆటో ఆగింది. నేను.. విశ్వనాథం ఎక్కాము.. ఆటో డ్రైవర్ చక్రవర్తి నాకు బాగా తెలుసు.. అతని తండ్రి ఇదే ఆటోలో మా పాపను బడి దశ నుండి కాలేజీ దశ వరకు తీసుకువెళ్లాడు.. ఆక్సిడెంట్ లో చనిపోయాడు.. ఇద్దరు కొడుకుల్లో ఒకడికి బ్యాంకు జాబ్ వచ్చి... ప్రేమించిన అమ్మాయితో.. రెండు గదుల ఇంట్లో ఉండలేక తన దారి

తాను చూసుకున్నాడు..” పిల్లల్ని ప్రేమించే ప్రయత్నం తప్పు కాదు.. వారు తిరిగి ఆ ప్రేమను ఇవ్వాలనే నిబంధన మహా పాపం” అనే ఖలీల్ జిబ్రాన్ మాటలు ఎంతవరకు నిజమో తెలుసుకునే తండ్రి లేదు.. తల్లికి చదువు లేదు.. ఉన్న ఒక తమ్ముడు తల్లిని ఎలా బ్రతికిస్తాడు అనే ప్రేమ పెద్ద కొడుకుకు రాలేదు.. ఇంజనీరింగ్ చదువుకున్న చక్రవర్తి నాకోసం ఆటో డ్రైవరయ్యాడు.. నన్ను ఉదయం కాలేజీలో దింపేసి.. తను అదే ఆటో వేసుకొని సాయంత్రం వరకు సర్వీస్ చేసుకొని.. నాకోసం వస్తాడు.. అతనికి మూడు పదులు దాటాయి.. తోడు అవసరం.. కానీ.. ఎవరు పిల్లనిస్తారు.. వ్యసనాలు లేవు.. ఆటోకి డబ్బులు నేనే ఇచ్చాను.. అప్పు తీర్చేసాడు.. సొంత ఆటో యజమాని.. కానీ.. ఎవరికి కావాలి ఇవన్నీ.. ఇప్పటి ఆడపిల్లలకు.. ఏం కావాలో ‘వారికే తెలియదు..’ మేమిద్దరం మౌనంగా ఉన్నాము.. ఆమె ఎవరు? నాకోసం ఎందుకు వచ్చింది.. ఇంటికి వెళ్తే అన్ని విషయాలు తెలుస్తాయి.. నన్ను ఇంటి దగ్గర దింపేసి, విశ్వనాథంను తీసుకుని చక్రవర్తి ఆటో వెళ్ళిపోయింది.. నేను ఇంట్లోకి వెళ్లాను..

★★★

నన్ను చూడగానే.. ఉదయం నా కోసం వచ్చినామె ప్రక్కకు వెళ్ళిపోయింది.. మా ఆవిడ తనకున్న పాత చీరల్లో ఒకటిచ్చినట్టుంది. చీరలో ఆమె కడిగిన ముత్యంలా ఉంది.. నేను నా గదిలోకి వెళ్ళిపోయాను..

అరగంట తర్వాత.. నా భార్య టీ గ్లాస్ తో వచ్చింది..

“ఇంతకీ ఎవరామె.. ఎందుకొచ్చింది” అడిగాను.. టీ తాగుతూ.. వేసవి.. సాయంత్రం.. ఆరున్నర కావస్తున్నది.. నా భార్య చాలా రిలాక్స్డ్ గా ఉంది.. “పనులన్నీ తనకి అప్పగించేసాను.. మరి పనిమనిషి అవసరం లేదు. తను ఇక్కడే ఉంటుంది.”

గదిలో ఏ.సీ.. చల్లగా ఉంది.. ఆమె హృదయం కూడా.. కానీ.. నా భార్య అంత అమాయకురాలు అయితే కాదని నాకు తెలుసు.. బహుశా వచ్చినామె గురించి పూర్తిగా ఎంక్వయిరీ చేసి ఉంటుంది. ‘ఇంతకీ ఏమిటామె కథ’ అన్నాను ఆసక్తితో.. ఆమె మెల్లగా చెప్పడం ప్రారంభించింది..

★★★

“ఏమే.. రాజి.. నా దగ్గర జాయినయ్యి రెండు నెలలు కావస్తున్నది. ప్రతిరోజు నీకు పనిస్తున్నాను. ఎందుకో తెలుసా.. నీ బాబుని చూసి.. నీ లేచిపోయిన మొగుడిని చూసి కాదు. నిన్ను.. చూసి..” ఆమెను ఎగాదిగా చూస్తూ అన్నాడు పెద్ద మేస్త్రి రామనాథం..

"అది కాదు.. బాబు.. నువ్వు దేవుడివే.. నేను కాదనను. అయినా.. నీ దగ్గరకు, ఎందరో వస్తున్నారు.. నేను చూస్తున్నాను.. నేను కూడా ఎందుకని.. కొద్దికాలం ఓపికపట్టయ్య.. ఈ పని కాక.. నీ దగ్గరకు రాక ఎక్కడికి పోతాను" రాజేశ్వరి మాటలు ఆమె గుండెలో మంటలు.. కళ్ళలో ఇంకిన కన్నీళ్లు దూరంగా.. ఉయ్యాల్లో బాబు.. భవిష్యత్తు లేని ప్రశ్నార్ధకమైన జీవితం.. ఎలా.. ఏం చేయాలి.. ఈ మేస్త్రీకి పెళ్ళాం పిల్లలు ఉన్నారు. 'అందరూ కావాలి..' నాతో కూడా.. ఏదో పని మిషతో నా దగ్గరకు వచ్చి.. శరీరాన్ని తాకుతూ.. అప్పుడప్పుడు.. భోజనం ప్యాకెట్స్, బాబుకు పాల ప్యాకెట్స్ కొంటాడు.. వాటి అర్ధం 'తనకు' తెలుసు..

ఒకరోజు.. రాత్రి.. మేస్త్రి బాగా తాగి.. ఆమె ఉంటున్న పూరింట్లోకి వచ్చేసాడు..

ఆమె బాబుతో... బయటకు వచ్చేసింది.. కానీ.. ఆ రాత్రివేళ.. ఎంతమంది.. ఆ తరహా 'మేస్త్రీ'ల నుంచి తనను తానుగా కాపాడుకొందో..!?

నా భార్య చెప్పటం ఆపింది. మా మధ్య క్షణం.. మౌనం..

'మనసు అర్ధమయినప్పుడు మౌనమే మాట్లాడుతుందని' ఎక్కడో చదివిన వాక్యం గుర్తుకు వచ్చింది.

'అవును.. మనమెంత కాలం.. ఆమెను.." అన్నాను. "మనకో పనిమనిషి కావాలి.. ఆమెకు తాత్కాలిక ఆసరా కావాలి.. రానున్నది పండుగ.. పిల్లలు వస్తారు.. నాకు తోడు కావాలి.. రాజేశ్వరి.. చక్కగా అల్లుకుపోతున్నది.. పిల్లాడు మంచివాడే అల్లరి చేయకుండా ఆడుకుంటున్నాడు.. ప్రస్తుతం అవనియ్యండి.. తర్వాత చూద్దాం.." అంది.. ఆమెకు.. రాజేశ్వరి నచ్చినట్టుంది..

"ఇంతకీ ఆమె ఎక్కడ ఉంటుంది.." అన్నాను ప్రశ్నార్ధకంగా..

"పాప గదిలో.. క్రింద పడుకుంటానని చెప్పింది.. పాప వస్తే.. మెయిన్ హాల్లో పడుకుంటానంది.. తనను పంపవద్దని ఏడ్చింది.." చెబుతున్న నా భార్య గొంతు ఆర్ధమవ్వటం నేను గుర్తించాను.. "సరే.. నీ ఇష్టం.. అదేదో నువ్వే చూసుకో.. ఒకే..నా.." అన్నాను.. "గుడ్ బోయ్.." అని లేచి.. టీ గ్లాస్ తీసుకుని.. నా బుగ్గ మీద ముద్దు పెట్టి, నవ్వుతూ వెళ్ళింది.. అంటే.. ఆమె.. చెప్పలేని ఆనందంలో ఉందన్నమాట..

పండగ వెళ్లిపోయింది.. పాప కూడా రాజేశ్వరితోను, బాబుతోను తిరగటం, అక్క అక్క అని మా పాప ఆమెను పిలవడం నాకర్ధమయ్యాయి.. నాతోనూ.. ఎంతవరకు అంతవరకే ఉంటున్నది.. బాబు మెల్లగా నడుస్తున్నాడు.. పాప అల్లుడు వెళ్లిపోయే ముందు ఆమె చేతిలో చీర, జాకెట్టు, కొంత డబ్బు పెట్టారు.. వారి మధ్య స్నేహం నాకు అర్ధమైంది..

రాజేశ్వరి.. మునుపటికన్నా బాగా తయారయింది. గౌరవంగా ఉంటుంది. నా భార్య ఆమెకు కొన్ని మేనర్స్ నేర్పింది. ఆరు నెలలు.. సజావుగా గడిచాయి.. ఓ రోజు బయలుదేరుతుంటే నా భార్య నా దగ్గరకు వచ్చింది..

"ఆమె, ఈరోజు వరకు నయాపైస తీసుకోలేదు. పాప అల్లుడు ఇచ్చిన డబ్బులు కూడా నా దగ్గరే ఉంచేసింది. అడిగితే అన్ని మీరే ఇస్తున్నారు. నాకెందుకు డబ్బులు అంటుంది. ఆమె మనసులో ఏముందో అడగండి.." అంది..

"సరే.. రేపు ఆదివారం.. ఇంటి దగ్గరే ఉంటాను కదా.. అడుగుదాం.." అని.. బయలుదేరాను..

ఆరోజు.. క్యాంటీన్లో విశ్వనాథం.. మధుమిత నా దగ్గరకు వచ్చారు..

"మాస్టారు.. ఎవరో.. ఒకామె.... ఆరు నెలలుగా మీ ఇంట్లోనే ఉంటుందట. ఏమిటో.. ఎందుకో.." అంది.. వ్యంగ్యంగా మధుమిత..

స్త్రీలు ద్రవపదార్థంలా ఏ పాత్రలో పోస్తే ఆ ఆకారం ధరించడం వింతేమీ కాదు.. మధుమిత.. అటువంటిదే.. ఆమె కథలు నాకు తెలియనిది కాదు.. "రేపు ఆదివారం మీ ఇద్దరూ మా ఇంటికి రండి మా ఆవిడ కూడా ఉంటుంది ఆమె చెబుతుంది. ఏమిటో.. ఎందుకో.." అన్నాను ఆమె అన్న ధోరణితోనే. మధుమిత విసవిసా వెళ్ళిపోయింది.. నేను విశ్వనాథంతో.. టీ తాగుతూ..

"మధుమిత ఎటువంటిదో నీకు తెలుసు. పిల్లాడిని హాస్టల్లో పడేసి.. ఇక్కడెవరో కలెక్టరేట్లో పని చేస్తున్నవాడితో తిరుగుతున్నదని అందరికీ తెలుసు.. నువ్వు కూడా ఆమెతో కలిసి.. తిరిగితే.. ఎలా.. నీకో విషయం చెప్పనా.. మన స్త్రీల మీద మనకి ఎంతో చిన్నచూపు. మధుమిత గురించి మనం ఇలా మాట్లాడుకోవడం కూడా తప్పే.. రేపు ఆదివారం ఆమెను తీసుకువచ్చే బాధ్యత నీదే సుమ.. తనకి చెబుతాను మీరిద్దరూ వస్తారని" అన్నాను.. ఇద్దరం లేచాం.. నాలుగడుగులు వేశాక.. 'బహుశా ఆమె రాకపోవచ్చు..' అన్నాడు. విశ్వనాథం సాలోచనగా నా వైపు చూస్తూ..

' అవునా.. సరే..' అన్నాను.. ముక్తసరిగా

★★★

ఆ రాత్రి పదిగంటల సమయంలో

"ఈ మధ్య అన్ని పనులు.. అంటే బజారు పనులు కూడా రాజేశ్వరిమీదనే పడేస్తున్నావు. ఒళ్ళు పెరిగి.. వందకేజీలు అయిపోగలవు చూడు.." అన్నాను నా భార్యతో సరదాగా..

"ఆ ఇబ్బంది లేదులెండి.. అమ్మా.. నేను వచ్చి దాదాపు ఆరేడు నెలలు కావస్తున్నది.. ఇంకెన్నాళ్లు మీ ఇంట్లో.. అయినా.. నాకు మీరు దేవుళ్ళు.. మిమ్మల్ని వదులుకోను.. వదలను.. కానీ.. ఇలా.. మీ ఇంట్లో ఉండటం వలన.. పదిమంది.. పది రకాలుగా.. ముఖ్యంగా బాబు గారి గురించి.. నాకు ఏడుపు వస్తున్నదని ఏడ్చింది. ఏం చెప్పమంటారు." అంది నెమ్మదిగా.

"అవును.. మా కాలేజీలో విశ్వనాథం, మధుమిత అని ఓ లెక్చరర్ క్యాంటీన్లో ఇదే ప్రశ్న వేశారు.." అన్నాను.

" ఏంటి విశ్వనాథం అన్నయ్య అలాగన్నాడా.." అంది ఆశ్చర్యంగా..

"అతడనలేదు.. ధైర్యం కోసం.. అతనిని మధుమిత వెంట తెచ్చుకుంది.. ఆమె అన్నది.. అతడు విని ఊ..రు..కు..న్నా..డు"

ఆమె ఏదో అడగబోయింది.. 'వదిలేయ్.. ఎవరిని తప్పు పట్టవద్దు.. ఆమె కూడా అడుగుతున్నది కదా.. చూద్దాం.. కాలం చాలా వాటికి సమాధానాలు ఇస్తుంది.. రిలాక్స్.. లైటార్పి పడుకో అన్నాను.. కాలం నాకో చక్కని పరిష్కారం రేపటి ఆదివారం నాడు సూచిస్తుందని నేనూహించలేదు..

★★★

ఆదివారం ఉదయం పదిగంటల సమయం..

ఆకాశం మబ్బులు పట్టి ఉంది. బహుశా వాన రావచ్చు.. వేసవిలో వర్షం.. నేను కిటికీ తలుపులన్నీ తీసేసాను.. కమ్మని మట్టి వాసనతో కూడిన పరిమళం.. బాగుంది..

విశ్వనాథం.. నేను.. నా భార్య సోఫాలలో కూర్చున్నాం..

"అన్నయ్య.. మీ స్నేహితుడు గురించి నీకు తెలియదా.. చెప్పండి" అంది..

"తెలుసమ్మా.. కానీ.. నీ గురించి కూడా బయట అనుకుంటున్నారు. మన సంగతి మనకు తెలుసు. ఆమె సంగతి కూడా.." అని ఆగిపోయాడు.

రాజేశ్వరి మా ముగ్గురికి కాఫీలు తెచ్చింది.. ఇంతలో "అధ్యయనం చేయాలంటే మనిషి జీవితం కన్నా గొప్ప వేదం లేదు." ఇది కూడా నా భావన కాదు.. రాజేశ్వరిని

ఆగమన్నాను. ఎదురు సోఫాలో కూర్చోమన్నాను. ఆమె నిలబడే ఉంది. కాస్త దూరంలో ఉయ్యాలలో బాబు నిద్రపోతున్నాడు.. బయట మబ్బులు పెరుగుతున్నాయి.. దూరంగా మెరుపులు కూడా.. దట్టమైన నల్లని మబ్బులు.. నగరం పైన, మబ్బులు.. వర్షిస్తాయా..? ఏమో..

ఆమె నిలబడే ఉంది.. మా ఆవిడ అనునయంగా..

"రాజేశ్వరి.. నీవు మా ఇంట్లో మనిషివే.. ఏనాడు నిన్ను పనిమనిషిలా చూడలేదు. పర్వాలేదు కూర్చో.." నా భార్య మాటలు

ఆమె నిలబడే ఉంది'

" సరే.. నీ గురించి చెప్పగలవా.. ఇబ్బంది లేకుంటే.. సుమా" నా భార్య మరో ప్రశ్న

"ఏముందమ్మా చెప్పడానికి.. మాది కాకినాడ దగ్గర సర్పవరం. మా నాన్న వ్యవసాయదారుడు. అక్కడ ఐదు ఎకరాల పొలం ఉంది. మేము ఇద్దరం ఆడపిల్లలమే. నేను పదవ తరగతి తప్పాను. నాకు చదువు మీద కంటే వ్యవసాయమంటేనే ఇష్టం. కానీ.. అక్క బాగా చదువుకుంది. ఎక్కడో టీచరుగా ఉందని విన్నాను. కాకినాడలో చదువుకుంటున్నప్పుడే మంచి డబ్బున్న వాడిని చూసి ప్రేమించి పెళ్లి చేసుకుంది.." ఆమె మాటల్లో ఇది అని చెప్పలేని బాధ ఉన్నా పిసరంత 'హేళన' కూడా ఉంది.

ఇంతలో ఉయ్యాల కదిలింది.. బాబు లేస్తాడేమోనని ఊపి వచ్చింది.. నిశ్శబ్దం.. బయట జోరుగా వాన పడుతున్న శబ్దం.. ఇంకా మబ్బులు వీడలేదు. ఆమె తిరిగి "నాకు మాఅయ్య లక్షలు ఖర్చు పోసి ఓ ఆఫీసరని చెప్పుకునే దొంగను తెచ్చి నాకు పెళ్ళి చేశారు. వాడు నాకో బిడ్డనిచ్చి.. ఎక్కడికో పోయాడు. అప్పులుకు ఆస్తి కరిగిపోయింది. నాన్న ప్రాణం పోయింది..' ఆమె కళ్ళలో నీరు.. తుడుచుకుంది.. "నేను అనాధగా మిగిలాను. ఎన్నెన్నో పనులు చేశాను బాబు కోసం. వాడిని అనాధను చేయదలుచుకోలేదు. నేను ఒళ్ళు దాచుకోకుండా పనిచేశాను.. ఒళ్ళమ్ముకొని మాత్రం కాదు.. "ఆమె మాట్లాడలేక, క్రింద కూర్చుండిపోయింది.. గబగబా నా భార్య వెళ్ళి భుజం పైన చేయి వేసి.." వద్దులే మరి చెప్పకు.." అని ఓదార్చింది. "లేదమ్మా.. మీ ఇంట్లో నాకు లభించిన ధైర్యం, ఆదరణ.. నేనేనాడు.. నా ఇంట్లో కూడా చూడలేదు.." అని చెబుతుండగా చక్రవర్తి వచ్చాడు. ఈ మధ్యనే అతనికున్న ఒక్క తల్లి చనిపోయింది. నేను విశ్వనాథం సహాయం చేసాం.. ఆటో మీద వచ్చే డబ్బుతో నెలవారి వద్దన్నా సరే.. వద్దన్నా సరే..

చక్రవర్తి రాగానే రాజేశ్వరిలో మార్పు.. చక్రవర్తి మెల్లగా..

" అయ్యా మీ దగ్గర ఏమీ దాచకూడదు.. నేను.. రాజేశ్వరి.." అని ఆగాడు.

మా అందరికీ అర్థమైంది.. రాజేశ్వరి బయటకు వెళ్ళినప్పుడు.. ఆమె, చక్రవర్తి..

ఇక నేను.. నా భార్య 'ఆమె' కోసం ఇబ్బంది పడనవసరం లేదు.. చక్రవర్తి.. రాజేశ్వరి.. మా దగ్గరే ఉంటారు.. వారింట్లో వారు ఉంటారు. బయట వర్షం ఆగింది.. మబ్బుల్లో ఏముందో.. తెలిసింది.

నా దినచర్యలో మార్పు లేదు..

చక్రవర్తి, రాజేశ్వరిల వయసులో తేడా ఉంది కానీ, వారి జీవితాల్లో లేదు.. కనుకనే కొత్త జీవితం ప్రారంభించారు..

చీకట్లో ఉన్నామని దిగులు పడుతూ కూర్చుంటే జీవితం చివరి వరకు అగ్గిపెట్టి గూట్లోనే ఉండిపోతుంది.. ఆఫ్ కోర్స్ ఇది కూడా నాది కాదండోయ్..

ఒకరోజు విశ్వనాథం.. క్యాంటీన్లో టీ తాగుతున్న నా దగ్గరకు వచ్చి.. "నీకు తన అక్క ఎవరో రాజేశ్వరి చెప్పిందా" అని మెల్లగా అడిగాడు..

"లేదు.. ఎవరుట..." అన్నాను...

దూరంగా.. మధుమిత.. రావటం చూసి విశ్వనాథం ఆ..గి..పో..యాడు..

జీవితం ఓ వ్యాపకం

"జీవితం సుఖమయం కానీయండి, దుఃఖపూరితం కానీయండి, జీవితం ఒక అద్భుతమైన వ్యాపకం. ఇది నిత్యనూతనమైన వ్యాపకం".

★★★

రాత్రి పది గంటల సమయం... శీతాకాలం... డిశంబర్ నెల.. చలి ఎక్కువగానే ఉంది... ఫోన్ మ్రోగింది. రామలక్ష్మి. రాజమండ్రి ఓ డిగ్రీ కళాశాలలో తెలుగు లెక్చరర్ గా చేస్తున్నది.. మా మధ్య పదేళ్ళుగా స్నేహం ఉంది... నేను, రామలక్ష్మి, శుభ, కొమరయ్య మేమంతా ఆంధ్ర విశ్వవిద్యాలయంలో తొంభైలో విద్యార్థులం.

"చెప్పు" అన్నాను ఆనందంగా... "ఏముందీ... మా కళాశాలలో దళిత సాహత్యంపైన ఓ జాతీయ సెమినార్ నిర్వహిస్తున్నాం. నువ్వో సెషన్ తీసుకోవాలి... మా ఇంట్లోనే ఉండాలి సుమా.. అభ్యంతరం లేదుగా..." అంది. గొంతులో ఏదో తెలియని సందిగ్ధత... వారి 'కులం' నాకు గుర్తు చేస్తూ....

"మన స్నేహంలో ఏనాడయినా నేనలా ప్రవర్తించానా... ఇప్పుడు క్రొత్తగా అడుగుతున్నావేమీ?" అన్నాను.. కాస్త కోపంగానే....

“ఆ.. కోపగించుకోకే తల్లి.... ఏదో... అలా అలవాటు చేసింది... నా చుట్టూ ఉన్న వ్యక్తుల సమూహం...” అంది.. ఆమె గొంతులో ఏదో తెలియని నిస్సహాయత.... "నేను వచ్చి మీ ఇంట్లోనే రెండు రోజులుంటాను సరేనా..” అన్నాను.. ఆమె ఆనందంగా "అంతకన్నాన” అంది... ఆ తరువాత ఎన్నో విషయాలు మాట్లాడుకున్నాం... శుభ, కొమరయ్యలు కూడా రాజమండ్రిలో ఉన్నారని చెప్పింది... నాకు ఎంతో సంతోషమనిపించింది... అందరం... దాదాపు పాతికేళ్ళ అనంతరం కలుస్తున్నాం...

★★★

రాజమండ్రి.. గోదావరి గాలి.. శీతాకాలపు తడిలో.. రాత్రి ఎనిమిది గంటల వేళ... నా ఒడిలో తలపెట్టి పడుకున్న రామలక్ష్మి.. నా పెద్దరికాన్ని మరింతగా పెంచింది.....

"అవును... వెన్నల ఎవరు.. నన్ను బాగా కుదిపింది.. ఆమె పత్రసమర్పణ పద్ధతి.. ఆమెను నేను ఎక్కడో.. ఎప్పుడో చూసాను... కాని... గుర్తుకు రావటం లేదు..." అని అడిగాను.. ఉదయం వెన్నెల నా సెషన్లోనే ముల్కరాజ్ ఆనంద్ రాసిన తొలి దళిత నవల 'అన్ టచబుల్' పైన అద్భుతంగా మాట్లాడింది.. ఆమెను చూస్తే.. నన్ను నేను చూసుకున్నట్టనిపించి....

"రేపు రాత్రికి... మనం.. ఒకరింటికి వెళదాం... అప్పుడన్నీ నీకు తెలుస్తాయి... ప్రస్తుతం నీ సంగతులు నాకు చెప్పు" అంది ఆసక్తిగా. తన గురించి... మధ్యాహ్నం లంచ్ టైమ్లోనే మాట్లాడుకున్నాం... భర్త... ఇద్దరు పిల్లలు... ఇద్దరూ అమ్మాయిలే.. హేపీగా ఉన్నానంది... కాని... కాస్త నల్లగా.. సన్నగా అయిపోయింది.. 'ఏంటి ఈ అవతారం అన్నాను" చూడగానే.....

"తన స్వేచ్ఛను పణంగా పెట్టి కుటుంబ సంబంధమైన ఆనందాన్ని పొందడంలో స్త్రీ సౌందర్యం ఆవిరైపోతుంది... అవును ఏభైలలో కూడా నీలో ఇంతందం ఎలా సాధ్యం... ఇద్దరు పిల్లలు... సాఫ్ట్ వేర్లుగా పని చేస్తున్నారని చెప్పావు... నాకూ చెబుదూ నీ గ్లామర్ రహస్యం..." అంది నా బుగ్గ మీద ముద్దు పెడుతూ....

"నీవేమీ మారలేదు.. అదే అల్లరి... మీ ఆయన ఎలా వేగుతున్నారే తల్లి" అన్నాను. టీజింగ్... ఇంతలో వేడి వేడి జొన్నపొత్తుల వాసన మాకు దగ్గరగా వచ్చింది.. అమ్ముతున్న పిల్లాడిని పిలిచాను.. రెండు జొన్నపొత్తులు... బాగా కాలినవి... తీసుకున్నాను... ఇద్దరం తింటున్నాం... దూరంగా పడవల అలికిడి.... ఇస్కాన్ టెంపుల్ నుంచి వస్తున్న చిరుగంటల శబ్దం...

“అవును.. నీకేదో సమస్య అన్నావు... భర్త చనిపోయిన, పిల్లలు లేని ఇంట్లో ఒంటరి ఆడది... అదీ మగరాయుడిలా ఉద్యోగం చేస్తున్నదంటే.. అందరూ ఆశగా చూస్తారే...!? అదే నా నీ సమస్య.. లేక శుభ మాదిరి ఏమైనా కొమరయ్యలా మా కులం వారు ఎవరయినా..." అర్థోక్తిగా ఆగి... ఒక్క నిముషం జొన్నపొత్తును కొరికి.. గింజలు నములుతూ.... "జోసఫ్ అని ఎవరి గురించో చెప్పావు కదా... ఏమా కథ..." అని అడిగిన రామలక్ష్మితో ఏమి చెప్పాలో అర్థం కాలేదు....

"రేపు బయలుదేరే ముందు చెబుతానులే... ఇప్పుడు ఇది పూర్తి చేద్దాం' అని దాట వేసాను...

కొన్ని వైవాహిక జీవితాలు విఫలం కావటానికి ప్రధాన కారణం... భార్యాభర్తల మధ్య ప్రేమలేకపోవటం కాదు... స్నేహం లేకపోవటం.. అది.. నాకు నా భర్తకు మధ్య దూరాన్ని పెంచింది.. జోసఫ్ను నాకు పరిచయం చేసింది... ఇది... మా ఇంట్లోను... అందరికీ తెలిసింది... కాని అందరం.. సంసారమనే యవనిక మీద... పరువు మర్యాదల ముసుగులో ఆనందంగా... బ్రతికినట్లు నటించాం.. హఠాత్తుగా.. నా భర్తమరణం దుఃఖాన్ని మిగిల్చింది. పిల్లలు చేతికంది వచ్చారు... నేను.. నా రాబడి కన్నా కాస్త రిచ్గానే బ్రతకాలనుకున్నాను.. కాని.. తగిన ఆర్థిక వనరులు భర్త దగ్గర లేవు.. ఎన్నో వ్యాపారాలు చేసాడు.. కాని... నష్టమే మిగిలింది... అదిగో ఆ సమయంలోనే 'జోసఫ్' నాకు పరిచయమయాడు.. కలక్టరాఫీసులో సీనియర్ అసిస్టెంటుగా చేసేవాడు... ప్రస్తుతం రిటైరయినాడు... అతనికి భార్యా పిల్లలున్నారు... అతను నా కుటుంబ స్నేహితుడుగా ఉన్నాడు... "ఏంటీ ఆలోచిస్తున్నావు.." అంది రామలక్ష్మి "మళ్ళీ తానే.. పద.. వెళదాం... వండుకొని తినాలి కదా" అంది... ఇద్దరం బయలుదేరాం..

★★★

మరుసటి రోజు సాయంత్రం నాలుగు గంటలకే సదస్సు ముగిసింది.. ఆరు గంటల సమయంలో రామలక్ష్మి భర్తకు ఫోన్ చేసి తను రాత్రికి రానని చెప్పింది..'ఎక్కు' అంది... బండి మీద ఇద్దరం కూర్చున్నాం... దేవి చౌక్.. మీదుగా... జైల్ రోడ్ వైపు బండిని స్పీడ్గా పోనిస్తున్నది.. శీతాకాలపు చలిగాలి... రివ్వున తగులుతున్నది.. శరీరాన్ని కోస్తున్నది. అరగంట ప్రయాణించిన తరువాత... ఓ ఇంటి ముందు బండిని ఆపింది.. ఇంటి ప్రాంగణం... చాలా బాగుంది.. ఎక్కడి నుంచో సన్నజాజి, నైటీ క్వీన్ వాసనలు వస్తున్నాయి.. మనసున మల్లెలు మాలలూగేనే... దేవులపల్లి వారు గుర్తుకొచ్చిరు. అలసట తీరింది... రామలక్ష్మి డోర్బెల్ కొట్టింది... ఆ.. వాస్తున్నా' అనే స్త్రీ గొంతు.. తలుపు తెరుచుకుంది... ఎదురుగా నా బాల్య స్నేహితురాలు... శుభ.. ఇద్దరికి ఆశ్చర్యం.. ఆనందం.. నన్ను గాఢంగా హత్తుకుంది... హృదయం చేసే కరచాలనమే కౌగిలింత...

ఆ రాత్రి భోజనాల దగ్గర శుభ మాట్లాడుతూ "నేను.. కొమరయ్యను పెళ్ళి చేసుకోవటం ఎవరికి ఇష్టం లేదు.. కారణం మా కులాలు వేరని. మీకు కూడా తెలుసు. కొమరయ్య పేదవాడు.. దళితుడు..." కాస్త ఆగి... అతని ముఖంలోకి చూసింది.. అతను మౌనంగా.. చిన్న చిరునవ్వులో అన్నం తింటున్నాడు. తెలివి గలిగిన పురుషుడెప్పుడూ మౌనంగా ఉండదు.. కాని.. ఎప్పుడు మౌనంగా ఉండాలో అతనికి తెలుసు అనే వాక్యం

గుర్తుకు వచ్చింది..” ఆ తరువాత అతనికి మొదట గవర్నమెంట్ జూనియర్ కాలేజిలో లెక్చరర్ ఉద్యోగం వచ్చింది.. పేదవాడి సంపద... సమర్థతే మరి... ఇహ అక్కడి నుంచి ఒక్కొక్కరూ మా యింటికి రావటం ప్రారంభించారు.. అతనిని నన్ను వేరు చేయాలని చూసారు.. ఈలోగా నా పి. హెచ్.డి అయిపోవటం.. ఓ యూనివర్శిటిలే తాత్కాలిక ప్రాతిపదిక పైన ఉద్యోగం రావటం జరిగిపోయాయి. మాకు ఒక్కపాపే... .. ఇంతకి... నీకేదో సమస్య అని రామలక్ష్మి ఫోన్ చేసింది.." అంది.. కంచంలో చేతులు కడుగుకుంటూ... ఇంతలో ఆమె ఫోన్ రింగయింది... ఎవరితోనో మాట్లాడింది.. మా పాపే... వచ్చేసరికి ఆలస్యమవుతుందిట... అందరం డైనింగ్ టేబుల్ దగ్గర నుంచి లేచి... పడక గదికి చేరాము... నేను, రామలక్ష్మి. శుభ ఒక గదిలో... త్రి బెడ్రూమ్ ప్లాట్ అది...

“ నేను... ఓ సమస్యలో ఉన్నాను... సమస్యతో పాటు సహాయం కూడా కలిసే ఉంది మరి" అన్నాను నెమ్మదిగా.. ఇద్దరూ వైపు ఓసారి చూసి.."నా భర్త మరణం.. పిల్లలు వారి దారి వారు చూసుకోవటం.. ఎందుకో ఒంటరితనం... భయం... దాదాపు పది సంవత్సరాలుగా కుటుంబ స్నేహితుడుగా ఉన్న జోసప్.. సహజీవనం చేద్దామంటున్నాడు... భర్త ఉన్న సమయంలో మంచి మనిషిగా తెలుసును... కష్టానికి ఆదుకున్నాడు.. కాని.. ఈ ప్రపోజల్ ఎందుకో నన్ను భయపెడుతున్నాది అన్నాను.. అలా అంటున్నపుడు నా గొంతులో సన్నని వణుకు నాకు తెలుస్తున్నాది.. సన్నగా.. ఓ కన్నీటి తెర.. శుభ దగ్గరగా వచ్చి... మెల్లగా కౌగిలించుకుంది.. వీపున తట్టింది.. ఓ తల్లి స్పర్శ. ఒక మౌన ఆలింగనం బాధపడే హృదయానికి వెయ్యి పదాల స్వాంతన.

మళ్ళీ తేరుకున్నాను.. శుభ మెల్లగా... “తమ బలహీనతలనే తమ ఆయుధంగా మలుచుకోనంతకాలం స్త్రీలు శక్తిమంతులు కాలేరు. తనకు లేని వాటి గురించి చింతించకుండా ఉన్నవాటిని గుర్తించి ఆనందించటమే. తెలివైనవారు చేయవలసిన పని... ఇది నీ జీవితం.. పిల్లలు వెళ్ళిలు... మిగిలిన కర్తవ్యాలు కూడా నీకు ఉన్నాయి.. ఆలోచించు... మేము సులభంగా చెప్పినంత తేలిక కాదు నీవు ఆచరించటం.. సహజీవనం తప్పా.. రైటా అనే సందిగ్ధత నీది.. ఇంతకాలం మీరు చేస్తున్నదేమిటో నీవే ప్రశ్నించుకో.. పరస్పర వ్యక్తిత్వాల ఎదుగుదల మీద, మార్పుల మీద ప్రేమను వ్యక్తపరచే విధానాల మీద గౌరవమున్నప్పుడే ఇటువంటివి ముందుకు కొనసాగుతాయి... మనమంతా చివరి మజిలి బాటసారులం... ఏది ఏమైనా.. నిన్ను నిరంతరం రక్షించుకోవటానికి... సహాయమందించటానికి.. ఇక్కడ మేమిద్దరమున్నామనే విషయం మరిచిపోకు.. ఇక్కడికొచ్చి.. ఆపాటి ప్రయివేటు ఉద్యోగం

ఇక్కడ మేము చూసి పెడతాం... ఓకేనా.. ప్రశాంతంగా ఉండు... హాయిగా.. నీకు నచ్చిన నిర్ణయం తీసుకో.. దేనికైనా మా ఇద్దరి ఆమోదం ఉంటుంది... సరేనా..." అంది... "దా... పడుకుందాం..." ముగ్గురం ఒకే మంచం పైన... రామలక్ష్మి, శుభల మధ్య నేను... వారిద్దరి చేతులు నా మీద... దాదాపు రెండున్నర దశాబ్దాల తరువాత... ఇలా.. ఒకే మంచం మీద మగ్గురం...

ఇంతలో... తలుపు చప్పుడయింది... శుభ లేచి.. పాప వచ్చినట్టుంది... 'తనది నా పోలిక,, నాలాగే పెంచాను' అని తలుపు తీసింది... ఎదురుగా... వెన్నెల... చిరునవ్వుతో... "ఆంటీ..." అని నా దగ్గర కూర్చుంది... నేను.. నా కూతురిని చూసినట్టనిపించింది.

నా మనసులో సందేహాలు తీరిపోయాయి...

రేపు ఏమిటో... నిర్ణయించుకుంటాను...

లడ్డూ ప్రేమ

''అలివర్ వెన్‌డెల్ హోల్మస్ అనే యు.ఎస్ రచయిత ప్రేమను గురించి ఏమన్నాడో తెలుసా...'' అన్నాడు హనుమంతు

'' తెలియదు... నేనెప్పుడూ యు.ఎస్. వెళ్లలేదు కదా..'' అన్నాను సీరియస్‌గానే... హనుమంతు ఫక్కున నవ్వి" అతనిప్పుడు లేడులే... నువ్వు వెళ్లినా..'' అన్నాడు.. ''అసలు విషయం చెబుదూ... ప్రకటనలు లేని టీ.వీ సీరియల్‌లా...'' అన్నాను మళ్ళీ సీరియస్‌గా... ''ఏమన్నాడంటే... ఏ ప్రేమ శాశ్వతం కాదు... ఏ ప్రేమ ఎప్పుడైనా నీకు తెలియకుండా మరణించవచ్చు... అని... బాగుంది కదా...'' అన్నాడు హనుమంతు...

''ఇంతకీ ఈ ప్రేమ గొడవ ఇప్పుడెందుకు...'' అన్నాను

''అంటే ప్రేమ... దురద... దగ్గు... ఈ మూడిరటిని దాచటం అసాధ్యం కదా...'' అన్నాడు హనుమంతు.. మధురవాణి ముందు చిద్విలాసంగా నవ్వే గిరీశంలా...

''ఇప్పుడు ఆ మూడింటిలో నీకు తగులుకున్నదేమిటి...'' అన్నాను. లుబ్ధావధాన్లు స్టయిల్‌లో నవ్వి..

''మన రామకృష్ణ కలిసాడు...లే... గురుద్వార్ బస్‌స్టాప్‌లో... అందుకు వాడి లడ్డూ ప్రేమ గుర్తుకు వచ్చింది... వాడి కూతురు హర్యానా జిలేబీలు వేసేవాడిని ప్రేమించిందంట...'' అన్నాడు మళ్ళీ గిరిశం స్టయిల్‌లో...

ఇద్దరం.. అలా.. రిషికొండ నుంచి తెన్నేటి విశ్వనాథం పార్క్ వరకు వాకింగ్ చేసుకుంటూ వచ్చాం... సంచిలో వాటర్ బాటిల్ తీసి నీళ్లు త్రాగాం... రిలాక్సయినాం... ఓ గంట ఆ కబురూ.. ఈ కబురు చెప్పుకొని... మళ్లీ... ఎం.కే.గోల్డ్ కోస్ట్ వరకు వాకింగ్ చేస్తాం... వేసవి సెలవుల్లో ఇదే మా నిత్య కృత్యం... ఇద్దరం... లెక్చరర్ గా పనిచేస్తూ విశాఖ చేరిపోయాం. పాత సంగతులను ఇలా ఎవరో తెలిసిన వారు కలిస్తే తవ్విపోసుకుంటాం.. ఆ మట్టి మాకంటనిదయితే... సరదాగానే..

ఇది పాతికేళ్ల ప్రేమకథ.. మా మిత్రుడు రామకృష్ణ కథ...

ప్రస్తుతం వాడి కూతురు కథ కూడా....

★★★

శ్రీకాకుళం దగ్గర్లో... మబగామని... ఓ చిన్న కుగ్రామం... అప్పటికి అక్కడ ఇప్పుడున్నంతగా మేడలు... సంపద... లైట్లు లేవు.. గ్రామం అంటే గ్రామమే... రామకృష్ణ అక్క పెళ్లికి... స్నేహితులుగా వెళ్ళాం... అప్పటికి పీ.జీ. చేసి ఉన్నాము...

రాత్రి ఎనిమిదన్నరయింది... మే నెలలో పెళ్లి... కరెంట్ ఆరిపోయింది... మా ఇద్దరికీ ఊపిరాడటం లేదు... రామకృష్ణ అక్క మా దగ్గరికి వచ్చి... ''ఓరే హనుమంతు కృష్ణ ఏడిరా'' అంది... పెళ్లికూతురు గెటప్‌లో... మా 'ట్రయిల్స్'లో మేమున్నాము... అవును... వీడేడి... ఆ... బహుశా... వాడి 'ట్రయిల్స్'లో వాడున్నాడేమో... అనే అనుమానం వచ్చింది...

మధ్యాహ్నం భోజనాల సమయంలో... వాడో అమ్మాయితో తిరగడం గమనించాం.... ఇంట్లో చెంచా కూడా తీయని వాడు... ఆమె వెనకాల... బరువయిన పాత్రతో అన్నం వడ్డించడం... కూడా చూసాం... అప్పుడే అనుకున్నాము... అమ్మో... మాకన్నా జోరుగా... అప్పడాలు విరిచేస్తున్నాడని (ఇది మా కోడ్‌లెండి.. ఇప్పుడు పులిహోర కలుపుతున్నాడంటున్నారు)... అది గుర్తుకు వచ్చింది... రాత్రి సమయం... గాలి లేదు... కరెంటు లేదు.. ఇంతకన్నా 'గొప్ప సమయం'... 'మంచి సమయం' ఏముంటాయి కనుక... దగ్గ(రవ)టానికి, గోక్కోవటానికి.. మెల్లగా శబ్దం చేయకుండా... నల్లపిల్లులు మాదిరిగా మేడ ఎక్కాం... నీళ్ల ట్యాంకు దగ్గర.. దగ్గరగా... దాదాపుగా కలిసి... ఏదో... తినిపించుకుంటున్నారు... మాకర్థమైంది... చిన్న దగ్గు దగ్గి... వారి ఏకాంతానికి... మా సంకేతం పంపి... క్రిందకు వచ్చేసాం... మరీ... వారికి దగ్గరగా వెళ్ళటం బాగోదు కదా....'దగ్గుతున్నవారికి' దగ్గరగా వెళ్ళకూడదని కదా నీతి....

పావుగంట తరువాత... పెళ్లి పందిట్లో ఉన్నా మా దగ్గరకు వచ్చి ''అక్క పిల్చిందట కదా... చెప్పింది... ఆమెకు మధ్యాహ్నం అన్నంలో లడ్డూ వేయలేదట... కావాలంటేనూ...'' అని చెప్పుకొచ్చాడు... ఇంతలో నాకు నా 'అరిసె, 'మా హనుమంతుకు' 'సున్నుండ' గుర్తుకు వచ్చాయి.. గబగబా వంటగదిలోకి వెళ్ళాము... మాకు కావలసినవి తీసుకున్నాము... మా 'దగ్గుల' కోసం వెతికాము.. అబ్బే... చీకట్లో వారు కనిపించలేదు...

★★★

''నువ్వు నా పెళ్ళికి రావాలి.. సుమా... మీ అరిసెలు.. సున్నుండలు కూడా వస్తున్నాయి మరి...'' అన్నాడు రామకృష్ణ. పోస్ట్ కార్డు సైజు శుభలేఖ మా చేతిలో పెట్టి... మేము ఉద్యోగ ప్రయత్నాలు చేస్తున్నాం. లెక్చరర్ పోస్టుకోసం ఏ.పీ.పీ.యస్సీ రాస్తూ... 'సరే' అన్నాం నవ్వుతూ..

వాడి పెళ్లి 'లడ్డూ'తోనే జరిగింది... కాంట్రాక్టులు చేసి బాగా 'బలిసాడు' అంటే బాగా సంపాదించాడని సుమండి.. నచ్చే బొమ్మల దొరకవు, దొరికే బొమ్మలు నచ్చవనే ముళ్ళపూడి వారి వాస్తవం మా ఇద్దరి వివాహాలు నిజం చేసాయి.. తరువాత కాలంలో మరి...

ప్రస్తుతం వాడి కూతురు... వాళ్ళింటి ముందు హర్యానా జిలేబీలు వేసే కుర్రాడిని ప్రేమించిందట...

ఓ రోజు మా దగ్గరకు వచ్చి... ''ఇదేం ఖర్మరా బాబు... జిలేబీలు వాడిని ప్రేమించానంటుందని వలవల బోయి... విలవిలలాడాడు... మేము ఓదార్చేము. 'ఇప్పటి ప్రేమలు కేవలం తాత్కాలికం. నీవేమీ భయపడకు.. బాగా ఆటో నడిపేవాడినో, లేకుంటే దోశలు వేసేవాడినో చూపించు జిలేబిలు వేసేవాడిని మరిచిపోతుంది... వర్రీ కాకు.. సరదాగా అన్నాములే.. నీ లడ్డు ప్రేమ గుర్తుకు వచ్చి.. నీకు బాగా తెలిసిన.. బలిసిన... కాంట్రాక్టర్ సంబంధం చూడు... ఓ నాలుగు రోజులు కారులో తిప్పు... దశపల్లా.. నోవాటెల్‌లో భోజనాలు అలవాటు చేయించు.. ఆ తరువాత... కథ చూడు...'' అన్నాము. ఇద్దరం ముక్తకంఠంతో... అతడు... శాంతించిన(?) మనసుతో వెళ్ళాడని మేమనుకున్నాము...

తరువాత ఆరు నెలలకు ఓ పెళ్లి కార్డు తో వచ్చాడు... ఆనందంగా.. తన కూతురితో... ఆ పిల్లే... ''మీరు తప్పకుండా రావాలంకుల్... కరోడ్‌పతి మా మామయ్య.. నా ఉడ్‌బి అమెరికాలో ఎన్.ఎం.సి.లో సి.ఈ.వో... పెళ్లి తరువాత... అమెరికా వెళ్ళిపోతా.. మీ బ్లెస్సింగ్స్ కావాలి..'' అని నా కాళ్లకు నమస్కరించింది...

మెల్లగా.. ఆమె.. ''చెవిలో మరి జిలేబీలు ఏమయ్యాయి'' అన్నాను... ''పోండంకుల్... ఇప్పుడు జిలేబీలేమి తింటాం... పిజ్జాలు, బర్గర్లు తప్పా' అంది గడుసుగా... వాళ్ళాయన అమెరికాలో పిజ్జా కంపెనీ సి.ఇ.ఓ మరి...

ప్రేమ ఒక ఉద్వేగం... దీనిని అనుభవించేవారు ఎక్కువ.. ఆనందించేవారు తక్కువ.. లడ్డు ప్రేమలకు, జిలేబి ప్రేమలకు అదే తేడా...

మీరేమంటారు....!?

నవగుంజర

“ఒడియాలో మహాభారతాన్ని కవి సరళదాసుగారు రాశారు. అందులో నవగుంజరనే మృగం గొప్పతనాన్ని వర్ణించారు. ఒకప్పుడు అర్జునుడు ఒక కొండమీద తపస్సు చేయగా అప్పుడు విష్ణుమూర్తి ఆ నవగుంజర రూపంలో ప్రత్యక్షమయ్యాడు. నవగుంజర అనేది ఓ వింత జంతువు. తల కోడిలా ఉంటుంది. మొత్తం నాలుగు కాళ్ళు. మూడు కాళ్లు మీదనే నిలబడుతుంది. ఆ కాళ్లు వరుసగా ఏనుగుకాలు, పులికాలు, గుర్రంకాలు, నాలుగువ కాలు మాత్రం ఒక మనిషి చేతిగా మారి ఒక చక్రాన్ని పట్టుకున్నట్టు ఉంటుంది. దాని మెడ నెమలి మెడలా, తల పైభాగం ఒక కోడిలాగా, పూర్తి వెనుక భాగం ఒక సింహంలా, దానితోక పాములా ఉంటుంది. ఇవన్నీ గమనిస్తే విష్ణుమూర్తి అర్జునునికి ఏదో సందేశం ఇచ్చాడపిస్తుంది.. గమనిస్తే.. అన్వయించుకుంటే మనిషికి నవగుంజర ఎన్నెన్నో సందేశాలనందిస్తుంది.”

“పగలే వెన్నెల జగమే ఊయల...” నా ఫోన్ రింగవుతున్నాయి. చూసాను... శిరీషా... కాకినాడలో ఓ ప్రైయివేట్ కళాశాలలో పనిచేస్తున్న తెలుగు లెక్చరర్... చాలా సెమినార్స్‌లో కలుసుకున్నాం. తను చేస్తున్న రీసెర్చ్ కోసం నాకు తరచు ఫోన్ చేస్తూంటుంది..

“మేడం... నాకు రేపుదయం కాస్త సమయం ఇవ్వగలరా... నేను డీ.ఈ.ఓ. ఆఫీసు పనిమీద శ్రీకాకుళం వస్తున్నాను... ప్లీజ్..” అని అర్థించింది

'నేను సరేనన్నాను.. టీ.వీలో ఇంకా ప్రవచనం వస్తున్నది. నవగుంజర విషయాలు నా మెదడులో ఉండిపోయాయి..

శిరీషాకి... డి.ఇ.ఓ ఆఫీసుకు సంబంధించిన పని ఏమిటి... సరే.. వస్తుందిగా చూద్దాం... తినబోతూ రుచులు సంగతి ఊహించుకోవడం అనవసరం.

సమయం... సాయంత్రం.. ఏడు కావస్తున్నది. నేను శ్రీకాకుళంలో ఓ ప్రైవేట్ కళాశాలలోనే పనిచేస్తున్నాను. తెలుగు లెక్చరర్ గా...

సన్నగా.. కాస్త తక్కువ ఛాయతో ఉన్నా.. కళయిన మొహం.. ఓ నాలుగు పదుల వయసు.. ఐదు పదుల బరువు ఉండొచ్చు... అలా అనిపిస్తుంది... పీలగా...

''పగలే వెన్నెల...'' మళ్లీ ఫోన్ రింగయింది... శిరీషా... 'చెప్పండి మేడం' అన్నాను... అట్నుంచి నవ్వు.. 'చెప్పు' అన్నాను... 'రేపు వస్తున్నారుగా' అంది అభ్యర్థనగా .'వస్తాను'... 'శ్రీకాకుళం బస్సు దిగటానికి గంట ముందు ఫోన్ చేయి కాంప్లెక్స్‌కు వస్తాను... అమ్మ.. నేను.. ఉంటాము... నా ఇంటికి వస్తావా... ఎవరైనా తెలిసినవారున్నారా...' అడిగాను... 'బాబాయ్' ఉన్నారండి... సరే అన్నాను. ఫోన్ కట్ అయింది.

మళ్లీ శిరీషని గూర్చిన ఆలోచనలు... చక్కని కళ్ళు... చీర కట్టడంలో ఏదో తెలియని నైపుణ్యం కనిపిస్తుంది.. చిన్న పెదవులు... విశాలమైన కళ్ళు... మాటలలో మృదుత్వం.. భలేగా ఉంటుంది... భర్త.. పిల్లా ఉన్నారు.. మా ఇద్దరి వయసు ఒక్కటే... ఆమెతో తిరిగినప్పుడల్లా.. సంపెంగల తోటలో ఉన్నట్టు... మల్లెపూల గుభాళింపు నన్ను చుట్టుముట్టేసినట్టు ఉంటుంది. విశాలమైన ఆమె కళ్ళు వెనుక.. ఇదీ అని చెప్పలేని.. ఓ అంతులేని రహస్య నిధి యొక్క 'మేప్' ఏదో దాస్తున్నట్టుగా ఉందని నా భావన... జీవితంలో ఇవన్నీ మంచి అనుభవాలు... ఇవి చెడ్డవి అని వేరువేరుగా ఉండవు. ఒక అనుభవంలోనే రెండు రకాల అనుభూతులు ఉంటాయి... శిరీషతో నాకు అంతే...

★★★

''వాస్తవాలు లోనికి రాకుండా తలుపు మూస్తే, అవే వాస్తవాలు కిటికీ గుండా లోనికి వస్తాయట' అంది శిరీష నాతో...

డి.ఇ.ఓ. ఆఫీసుకి పది గంటల చేరుకున్నాం.. చెప్పానుగా ఆమె 'ఆకర్షణీయంగా' ఉంది.. చీరకట్టులో.. ''నాకు కొంచెం చీర కట్టుడు నేర్పుదూ...'' అన్నాను సరదాగా...

శిరీషాకు లోనించి పిలుపు వచ్చింది.. వెళ్ళి... ఓ ముప్పావు గంట తర్వాత వచ్చింది... 'ఏమిటి కథ' అన్నాను... 'మా మరిది ట్రాన్స్‌ఫర్ కోసం... వచ్చాను... నీకు తెలుసుగా మా ఆయనకు ఇటువంటివి తెలియవు. చదువుకోలేదు.. ఏదో అరకొర సంపాదన...'' ఆగింది... నాకు తెలుసు ఈ విషయాలు చాలా సార్లు చెప్పుకున్నాం...

'పని అయిందా...' అడిగాను..

'లేదు...'.. అంది నిర్లిప్తంగా... 'రాత్రికి ఉంటావా...' అని... కొంతసేపు ఆగి... 'ఉండిపోకూడదు.. రేపెలాగు ఆదివారం కదా... సరదాగా రాత్రి రెండో ఆట సినిమా చూద్దాం' అన్నాను...

కొంచెంసేపు ఆలోచించి... ఇంటికి ఫోన్ చేసింది.. రేపు రాత్రికి వస్తానని... 'ఎవరికి.. మీ ఆయనకా..'' అన్నాను.. అవునంది ముక్తసరిగా...

'పద.. రిక్షాలో మా ఇంటికి వెళ్లి మాట్లాడుకుందాం" అని ఇద్దరం బయలుదేరాం... రిక్షాలో ఆమె వైపు మరోసారి చూశాను... ''ఏంటలా చూస్తున్నావు.. నీకన్నా తెల్లగా ఉన్నానా.. లేక నా నలుపుదనం.. నీకు ఇబ్బంది...' అంది.. నవ్వుతూ.. నేను.. ఆమె బుగ్గన ముద్దు పెట్టుకుని ''మహానటి సావిత్రి, వాణిశ్రీలు నలుపే తెలుసా...'' అన్నాను... నాకు నలుపు అంటే ఇష్టం... మహాభారతంలో ద్రౌపది, శ్రీకృష్ణులది కూడా నీ రంగే.. వారిని ఇష్టపడుతున్నాం కదా... ఆడవాళ్ళలో సౌందర్యవంతులు, ఆకర్షణీయులని రెండు రకాల వారున్నారంట.. నీవు రెండో రకం.. అంటే నన్ను ఆకర్షించిన దానివి.. నేను మగాడినయితే నిన్నే రెండో వివాహం చేసుకునేవాడిని తెలుసా..'' ఇద్దరం.. హా..యి..గా.. నవ్వుకున్నాం...

అరగంట ఆటోలో ప్రయాణం చేసి.. బ్రిడ్జ్ దగ్గరున్న గుడి వీధిలో నా రూమ్ కి చేరుకున్నాం.. నాతో అమ్మ కూడా ఉంటుంది. అమ్మను శిరీషకు పరిచయం చేశాను...

ఇద్దరం కలిసి వండుకొని... ముగ్గురం కలిసి తిన్నాం.

సమయం.. రెండు గంటలు కావస్తున్నది... 'చెప్పు శిరి.. నీ గురించి... ఎలా ఉంది జీవితం.. ప్రైవేటు జాబు గాళ్ళం" అన్నాను.

''క్రొత్తగా ఏమీ ఉండదు గానీ... వివాహితవు కదా... సంసారం.. ఉద్యోగం.. సమాజం.. స్నేహితులు.. బంధాలు.. వగైరా...'' అడిగాను.. 'బంధాలు' అనే చోట కాస్త వత్తి పలికి.. ఆమెకు అర్థమయింది...

''తూఫాన్ కో ఆనా హై ఆకర్ జానా హై.. బాధల్ హై యే కుచ్ పల్ కా ఛాకర్ జానా హై... పరభాయి యా రహ్ జాతీ... రహ్ జాతీ నిషాని హై... జిందగీ ఔర్ కుచ్ భీనహీ... తేరి మేరి కహాని హై... అని మెల్లగా పాడిరది... ఏముంది... జీవితం అంటే ఏంటో కాదు.. నీ... నా.. కథే..'' అంది. అందులో ఏదో శ్లేషార్థం..

''నేను ఆమె వైపు తిరిగి... నీ ప్రతి మాటలో ఎందుకు గొప్ప సంతోషంతో కూడిన విచారం కనిపిస్తుంది' అన్నాను. ఆమె కళ్ళలోకి చూస్తూ... స్త్రీ సౌందర్యమంతా ఆమె కనులలోనే ఉంటుంది. అవే హృదయానికి రహదారులు...

''ఏముంటాయి. ఎంత శ్రమిస్తున్న... గొర్రె తోక బెత్తెడులా ఉంది జీవితం.. ఎవరో అనగా విన్నాను.. అధికార హీనతే ఆదర్శంగా మార్చబడిన ఒకే ఒక్క పీడిత వర్గం స్త్రీ అని.. నేనే అందుకుదాహరణ... అవును నువ్వు మంచి కథకురాలివి కదా... నా కథ వ్రాయకూడదు...''

నాకు బుచ్చిబాబు, పురాణం వారు గుర్తుకు వచ్చారు 'సరే చెప్పు ప్రయత్నం చేస్తాను..'' అన్నాను.

మధ్యాహ్నం మూడయింది.. ఏ.సీ.. చల్లగా... ఉంది.. మా అమ్మ ముందు గదిలో పడుకుంది... ఏప్రిల్ నెలయినా ఎండలు గట్టిగానే ఉన్నాయి..

ఆమె చెప్పడం ప్రారంభించింది

★★★

"ఈ నెల కట్టవలసిన కరెంటు, నెట్, దినసరి ఖర్చులకు డబ్బులివ్వలేదు. శిరి... పదో తారీకు వచ్చేసింది..." అన్నారు అత్తగారు. మా ఆయన... నిశ్శబ్దంగా పక్క మీద నుండి లేవలేదు. ఆయన చాలా మంచివారు.. ఏవో చిన్న చిన్న పనులు చేసి ఆయనకు కావాల్సిన డబ్బులు తెచ్చుకుంటారు.

శిరీష పనుల్లో పడింది.. ఇంతలో ఫోను.. 'బాబు... ఈ ఆదివారం వస్తున్నావా' అని .ఇది బాబు వాయిస్ కాదు... మా చెల్లి భర్త శివాది... ఆయనకి పనిగండం ఉంది. ఈ మధ్య ఎవరో జ్యోతిష్యుడు... ఆయనకు మరో పదిసంవత్సరాల వరకు ఏ వ్యాపారం అచ్చిరాదని చెప్పాడట. కనుక శివ.. నా చెల్లిని కొడుతుండడం... డబ్బులు కోసం నాకు ఫోన్ చేస్తుండడం చేస్తాడు. ఈ మధ్య ఓ హోటల్ ప్రారంభించాడు. రోజుకు పదివేలు కూడా రాబడి లేదని... వారం తర్వాత క్లోజ్ చేసేసాడు... జ్యోతిష్యుడు సలహా మేరకు నాలుగు వేలు ఖర్చు చేసి ఓ 'రాయి'తో చేసిన ఉంగరం కొనుక్కొని పెట్టుకున్నాడు...

రంగురాళ్లకిచ్చిన విలువ రక్తంతో ఉన్న మనుషులకి ఎందుకివ్వరో ఈ మనుషులు....

వస్తున్నా....అన్నదామె.. శిరీషది కాకినాడ దగ్గర ఓ పల్లెటూరు... తండ్రి చనిపోవడంతో బాబాయ్ సహాయ సహకారంతో తన తల్లి సంసారాన్ని గుట్టుగా లాక్కొచ్చింది. తండ్రి శిరిషా చిన్నప్పుడే చనిపోయారు.

తను.. తనకు ఓ చెల్లె.. తమ్ముడు ఉన్నారు. చెల్లి పది వరకు చదివి అల్లికలు, కుట్లు నేర్చుకొని తనకు తాను ఉపాధి చూసుకుంది. ఆమెకు ఇద్దరు కూతుర్లు.. అమ్మ దగ్గరే ఉంటారు.. తమ్ముడిది ప్రేమ వివాహం.. కానీ.. అది కూడా విజయవంతంగా నిలబడలేదు.. ఏపీ ట్రాన్స్కోలో ఉద్యోగం.. అదే ఇంటికి ఆధారం.. శిరీషకు ఓ కొడుకు.. కాకినాడలో ఒక కార్పొరేట్ పాఠశాలలో ఒకటో తరగతి చదువుతున్నాడు. శిరీషకు చదువంటే ఇష్టం... విశాఖపట్నంలో బాబాయ్‌గారింట ఉండి... ఒక ప్రక్క బీఈడీ పూర్తి చేసింది. ప్రైవేట్ ఎం.ఏ పూర్తి చేసింది.. సరదా మనిషి కావడం వలన నలుగురిలో సులభంగా కలిసిపోతుంది.. అలా కాకినాడ ఓ ప్రైవేట్ కళాశాలలో లెక్చరర్ ఉద్యోగం సంపాదించుకుంది.: నెలకు పరవాలేదు

అనిపించే జీతం.. వర్కింగ్ ఉమెన్ అనగానే అనేక కథలు... కాకరకాయలు, షికార్ చేస్తాయి.. ఇందుకు శిరీష వినహాయింపు కాదు..

ప్రశ్నించిన అత్తగారికి 'సాయంత్రం కడదామత్తయ్య' అని చెప్పి.. క్యారేజీ పట్టుకొని, గుమ్మంలోంచి వినిపించిన కాలేజీ బస్సు హారన్‌కు పరుగెత్తింది..

అప్పుడు లేచాడు... ఆ మగమహారాజు...

ఉదయం కోడి కూతతో ప్రారంభమయ్యే ఆమె దినచర్య.... రాత్రి పదకొండు గంటలకు ముగుస్తుంది..

ఓరోజు.. ఉదయం శిరీష కడుపులో విపరీతంగా నొప్పి ఉందని కాలేజీలో తన సీట్‌లోనే కూలబడిపోయింది.. వెంటనే సిబ్బంది.. వాళ్ళాయనకు ఫోన్ చేశారు... రెండోపూటకు ఆమె ఆసుపత్రిలో ఉంది... ఆపరేషన్ అవసరమన్నారు.... పాతికవేలు ఖర్చన్నారు...

ఆమె చేతిలో చిల్లిగవ్వ లేదు... ఉద్యోగం చేస్తున్నది. భర్త సంపాదనపరుడు.. తమ్ముడు ఎంప్లాయ్.. స్వంత ఇల్లు.. ఆమె చేతిలో డబ్బు లేదంటే ఎవరు నమ్మలేదు... కుటుంబ సభ్యులు సర్దారు...ఆపరేషన్ అయిన వారం రోజులకే ఆమె ఉద్యోగంలో జాయిన్ అయింది... కుటుంబ సభ్యుల అప్పు తీర్చడానికి...!?

ఇది జరిగి ఆరు నెలల కావస్తున్నది...

ఆమె జీతం... హారతి కర్పూరం...

తనకు జీవితం కావాలి ...ఏది...!?

తనకో కుటుంబం కావాలి.. ఎక్కడ..?

తనకు శాంతి, ప్రేమ, ఆదరణ కావాలి.. ఏవి?

తన కొడుకు భవిష్యత్తు తనకి ముఖ్యం.... కానీ.. అలా నిర్ణయించుకునే సమయంలో ఆమె ముందు "నీవు ఇంటికి పెద్దదానివి.. నీ కన్నా చిన్న వారి కష్టసుఖాలు.. కుటుంబ గౌరవం నీవు నిలపాలి..." అనే వ్యాఖ్యానం వస్తుంది....

పురుషుడు తనకు దేనిని ఇచ్చినా స్త్రీ దానిని మరింత హెచ్చించి పురుషుడికిస్తుంది. పురుషుడు చిరునవ్వునిస్తే ఆమె తన హృదయాన్నిస్తుంది. వంట సామాన్లు ఇస్తే మంచి భోజనం అందిస్తుంది... పురుషుడు నివాసం ఇస్తే స్త్రీ దానిని 'స్వీట్ హోమ్' గా మారుస్తుంది... పురుషుడు వీర్యాన్ని ఇస్తే గొప్ప సంతానాన్ని ఇస్తుంది...

మరి స్త్రీ శ్రమను గుర్తించరెందుకు?

వర్కింగ్ విమెన్ కోడికూతతో లేస్తుంది.. గుర్రంలా పరిగెడుతుంది.. ఏనుగుల దృఢంగా 'క..ని..పి..స్తూ' కష్టసాధ్యమైన కుటుంబ నిర్వహణను మోస్తుంది... ఎవరైనా తన బిడ్డల జోలికి వస్తే పులిలా చీల్చు చెండాడుతుంది... ఒక చేతితో చక్రం ధరించి తన వారిని కాపాడుతుంది...

★★★

"ఇదే నా కథ... అందరి ఆడవాళ్ళ కథ... నా చుట్టూ భయాలు.. దుఃఖాలు.. వదంతులు.. ఎన్నో... ఉన్నాయి" అంది విశాలంగా నవ్వి.

"ఎందుకింత హైరానా... సగటు స్త్రీలా... అదే మీ తోడికోడలులా హాయిగా... భర్తతో కలిసి అత్తను పొగుడుతూ... ఆవిడ పెన్షన్‌ను తింటూ... బాబును అక్కడే ఒకచోట చదివిస్తూ.. ఉండొచ్చు కదా" అన్నాను..

సమయం సాయంత్రం ఐదు కావస్తున్నది... ఎండ వేడి తగ్గినట్లు లేదు.. గది చల్లగా ఉంది.. ఏ.సి. ఆఫ్ చేశాను... తలుపు తీశాను... అమ్మ బయట గది సోఫాలో పడుకుంది. నేను, నాతోపాటు శిరీష లేచాం... వంట గది వైపు వెళ్ళాం.. టీ పెట్టుకునేందుకు... టీ అయిన తర్వాత రెండు టీ కప్పులు మేము తీసుకొని... మిగిలిన టీని అమ్మకోసం ఫ్లాస్క్‌లో పోసాను..

ఇద్దరం.. మంచం దగ్గరున్న దివాన్ కాట్ పైన కూర్చున్నాం...

"నీవన్నది నిజమే.. కానీ.. పరిస్థితులు ఎప్పుడూ ఒక్కలా ఉండవు. జీవితమంటే నీవు రాసే కథ కాదు.. మూడు చుక్కల్లో ముగించేయడానికి... అనుభవించే అదృష్టం ఉంటే ఈ జీవితమంత ఆనందకరమైనది మరొకటి లేదు. అదృష్టం లేకపోతే బ్రతుకంతా నరకం మరొకటి లేదు. కానీ... అదృష్టాన్ని, జాతకాన్ని నమ్ముకోకుండా స్వశక్తిని నమ్ముకున్న వారికి ఈ ప్రపంచమంతా ఛాలెంజ్ మరొకటి లేదు.. నేను నీకు చెప్పినది ఒక రోజు కథ మాత్రమే.. మగాడు సంపాదనాపరుడు కాకపోతే ఆడది కుటుంబ శ్రమను భరించవలసిందే... శ్రమయేవ జయతే... కుటుంబ శ్రమకు వర్తించదు... ఇక్కడ కనిపించని దోపిడీ, హింస ఉంటాయి.. అవి భర్త వలన కావచ్చు... మరెవరివలనైనా కావచ్చు... కానీ.. కుటుంబ గౌరవం అవసరం... ఇంటికి పెద్దదాన్ని కదా..." ఆమె ముఖంలో విషాదంతో కూడిన చిరునవ్వు...

ఇద్దరం లేచాం.. శిరీషా బాత్రూం వైపు వెళ్ళింది... సమయం ఆరు కావస్తున్నది.. అమ్మ లేచింది.. ఆమె కూడా శిరీషలాంటిదే... అమ్మ కూడా వర్కింగ్ ఉమెన్... నా తల్లికి సంబంధించిన వాస్తవాలు చాలా వరకు కిటికీలోనుంచి నాకు చేరాయి...

తమ బలహీనతలనే తమ ఆయుధాలుగా ఉపయోగించుకోనంత కాలం స్త్రీలు శక్తివంతులు కాలేరు...

శిరీషా.. నేను.. అమ్మ.. అందరం.. మేమంతా గ్రహించింది ఒక్కటే... చీకట్లో వున్నామని దిగులుపడుతూ కూర్చుంటే జీవితం చివరి వరకు అగ్గిపెట్ట గూట్లోనే ఉండిపోతుంది...

సమర్పణ

వాన చినుకులు
ముద్దులైతే.
కుంభవృష్టి కురిపిస్తా
కౌగిలింతలు సముద్రాలైతే
మహాసముద్రాలనే... పంపగలను
ప్రేమ ఒక మనిషైతే.....
నన్ను నేనే నీకు
సమర్పించుకుంటాను.
కావాలా....వద్దా....??

– Ally Qwerty

★★★

శ్రావణ పౌర్ణమి..... భీమునిపట్నం బీచ్... సమయం... రాత్రి ఏడు గంటలు కావస్తున్నాది.....

సముద్రపు అలలు... నా కాళ్ళను తడుపుతున్నాయి...

గత కాలపు కలలు... నా కళ్ళను తడుపుతున్నాయి....

ప్రేమ భావనలు... భాషలు... నా మదిని తడుపుతున్నాయి...

ఏం చేస్తున్నావు..... నా మిత్రుడి ప్రశ్న

వెతుకుతున్నాను... నా జవాబు

గవ్వల్నా... ఒడ్డునున్న గువ్వల్నా

ఒకరిని ప్రేమించి... ఆమెను పొందె మార్గం లేక.. బాధపడుతున్నా నాకు.. మరో గువ్వను చూసే ఆశ.... ఆసక్తి రెండూ లేవు..." అన్నాను...

ఇద్దరం... బుద్ధుని విగ్రహం ముందు కూర్చున్నాం... వెన్నెల సముద్రం మీద పడి... వెండిలా మెరుస్తున్నది... శ్రావణమాసపు వర్షపు గాలి చల్లగా ఉంది... దూరంగా ఏదో గుసగుసలు వినిపిస్తున్నాయి... ఆ గుసగుసలు వెనుక బాసలు.. భాషలు నాకు తెలుసు.. ఎన్నోసార్లు.... నేను... నా సరోజ అలా..

ఏదో ఆలోచిస్తున్నావు.. నా మిత్రుడి మరో ప్రశ్న,

ప్రపంచంలో చాలా ప్రేమ ఉంది... కాని ఆలోచనలు లేవు.. ప్రేమించిన దానిని తెచ్చుకొని... పెళ్ళి చేసుకొని.. భవిష్యత్తు గూర్చి కలలు కంటానా.... ఎన్నాళ్ళు.. ప్రేమలోని బలం.... బలహీనత కూడా ఏంటో తెలుసా.. నా మిత్రుడు ఆగాడు...

మా మధ్య నిశ్శబ్దం.

★★★

వాస్తవిక దృష్టి లేకపోవటం... ఊహ ప్రపంచంలో తేలిపోవటం"

మేమంతా ఒకే కాలేజీలో చదువుకున్నా.... నేను.... సరోజ ప్రేమించుకోవడానికి నా మిత్రుడు కూడా ఒక కారణమే. అతనికి ఆమె దూరపు చుట్టం....

"నేను.... సరోజలో మాట్లాడేను.. తన నిర్ణయం.. నీ నిర్ణయమే అంది.. నీ నిర్ణయం ఏమిటో తనకి తెలియాలి. అన్నాడు నర్మగర్భంగా.

ఆలోచించు... ఈ కాలంలో ప్రేమలకు శాశ్వతత్వం తక్కువ. సుమా.. ఓ హెచ్చరిక... వస్తాను... నాకు ఆఫీసు పనుంది...

భీమిలి బీచ్ కు ఎదురుగా... డచ్చివారి సమాధులున్నాయి... బుద్ధుడు బొమ్మ.... ఎదురుగా సమాధులు.. ఏదో తెలియని తాత్వికతను.. ఓ జీవన సూత్రాన్ని తెలుపుతుందని నాకనిపిస్తుంది.

ఆ రోజు.... నేను.. రోజా... అదే సరోజ.... బీచ్లో ప్రేమించుకుంటున్నాం... ఓ ముద్దు ముచ్చట లేదు.." అంది టీజింగ్గా

కూర్చున్నాం... "మూడేళ్ళుగా ముద్దు మీద ఒత్తిడి పలుకుతూ... కరిగిపోతున్న కార్తీక మాసపు సాయత్రం... కదలివస్తున్న పౌర్ణమి వెలుగుల పులుగులు... నాలో

క్రొత్త ఉత్సాహనిస్తున్నాయి. ప్రేమలో రెండు ఉంటాయి. రెండే దేహాలు, మరికొన్ని మాటలు.. ఎవరన్నారో గుర్తులేదు కాని.. ఆమె ముద్దు అనగానే నాకు ఒక దేహమే అనిపించింది. అదే ఆమెతో అన్నాను.

ఆమె నా నుంచి దూరంగా జరిగింది.

ఆ జరగటంలో జారిన ఆమె ఓణి. నాకేదో చెబుతున్నారనిపించింది.

ఎవరిదో దగ్గు వినిపించింది. చుట్టూ చూసా. గాభరగా.. ఎవరూ లేరు.

ఇద్దరం... మరింత దగ్గరగా జరిగాం..

"చూడు శంకర్.. మన డిగ్రీ అయిపోయింది. నీకు ఏదో ఒక ఉద్యోగం అవసరం... ఆర్థిక స్వేచ్ఛ ప్రేమకు బలం, ఊహలు అందంగా ఉంటాయి కాని.. ఆకలి తీర్చవు కదా." ఆమె మాటల్లో కూడా వాస్తవం ఉంది.

" నిజమే కాని..... ఎన్ని ప్రయత్నాలు చేస్తున్న ఒక్క అవకాశం కూడా రావడం లేదు. నిన్ను వదులుకోలేను." అన్నాను ఆమె చేతిని నా చేతిలో తీసుకొని,

"నేను కూడా... నా గురించి మా కుటుంబం గురించి నీకు తెలుసు కదా.. ముఖ్యంగా కులపరమైన సామాజిక హోదా కోసం దశాబ్దాలుగా మా వాళ్ళు పోరాటాలు చేస్తున్నారు. ప్రేమలను త్యాగం చేస్తున్నారు. కుల చావులకు గురవౌతున్నారు. నీవే ఆలోచించు మన గమ్యం లక్ష్యం ఏమిటో.... వస్తాను" ఆమె లేచి... ఇసుక దులుపుకొని నా బుగ్గన ఒక ముద్దు పెట్టి, మౌనంగా.... వెన్నెలలో మంచు బొమ్మలా వెళిపోయింది. నిన్ను ప్రేమించడం, శ్వాసించడం ఈ రెండింటిలో ఏదో ఒకటే ఎన్నుకోవాల్సి వస్తే 'ఐ లవ్ యు ''..... అని చెప్పడం కోసం నా చివరి శ్వాసను ఉపయోగిస్తాను.

★★★

మాదో మధ్య తరగతి కుటుంబం మేము ఇద్దరం అన్నదమ్ములం, ఒక అక్క. మా నాన్న పురోహితం చేస్తారు. ఆ పనులు లేనప్పుడు వెంకటేశ్వర స్వామి కోవెలలో పూజారిగా కూడా వ్యవహరిస్తారు. ఆర్ధికంగా గొప్ప స్థితి కాదు. అయినా తిండికి, గుడ్డకు లోటు లేదు. మా అక్కకు హైదరాబాద్ సంబంధం చేశారు. మా అన్నయ్యకు వయస్సు మూడున్నర దశాబ్దాలు దాటిపోయిన పెళ్ళి కాలేదు. సంబంధాలు చూస్తున్నారు. పురోహితం చేసిన వాడికి పిల్లను ఇవ్వడానికి ఎవరు ముందుకు రావడం లేదు. అన్నయ్య కూడా ఎం.బి. ఎ చదివాడు. నాన్నకు సహాయంగా ఉంటాడు. నాకు ఎందుకో మొదటినుండి ఈ వైదిక కర్మల పట్ల ఆసక్తి లేదు. కులవృత్తి అంటే గౌరవం లేకకాదు. ఇంట్రస్ట్ లేదు. నాన్న అన్నయ్య కూడా ఏనాడు నన్ను ఇబ్బంది పెట్టలేదు. బి.ఎస్.సి పూర్తయింది. ఎటు వెళ్ళాలి అనేది నిర్ణయించుకోలేని స్థితి. కాలేజీలో రెండవ సంవత్సరం చదువుతున్న సమయంలో సరోజతో ప్రేమలో పడ్డాను. కాని

ఏమి చేయాలో తెలియని అయోమయం. నన్ను నేనే పోషించుకోలేని స్థితి, ఆమెను ఎలా తేవటం? పెళ్ళి అనేది ఓ బాధ్యత, ఓ బరువు.

ప్రేమించుకొనే సమయంలో, కాలేజీలో చదువుకునే రోజుల్లో ఉండే ధైర్యం, తెగింపు కాలేజీ వదిలి ప్రపంచంలోకి వచ్చిన తరువాత భయంగా రూపాంతరం ఎందుకు చెందుతాయో అర్థం కాదు. ఎన్నో ఉపన్యాసాలు మరెన్నో ఆశయాలు స్వతంత్ర భావనలు, భావాలు, అన్ని కూడా ఆవిరైపోతున్నాయి. ప్రేమను తొలగిస్తే ఈ భూగోళం ఒక సమాధి. నానుంచి సరోజను తీసివేసిన అంతే.

ఏమి చేయాలి?...

నేను సరోజ సామాజిక పరమైన కృత్రిమ గౌరవమర్యాదల విలువల మధ్య భిన్నధృవాలం.... ఎలా కలుస్తాయి....? ఎలా కలుపుకుపోవాలి.....?

పారిపోతే? ఎలా బ్రతకాలి. ప్రేమించుకునే సమయంలో సహాయం చేసిన స్నేహితులు.... పారిపోవడం, పెళ్ళి అనే మాటలు వినగానే ముఖం చాటేస్తున్నారు... అయినా వారిని నిందించి ప్రయోజనం లేదు. వారు కూడా నా వంటి వారే. తల్లిదండ్రుల నీడలో బ్రతుకుతున్న వారే..

మరి నా కర్తవ్యం...?

రాత్రి నా గదిలో... ఆలోచించుకుంటున్న సమయంలో అడుగులు శబ్దం వినబడింది. చూస్తే అక్క నా ప్రక్కన కూర్చొని అనునయంగా

" కొన్ని రోజులుగా చూస్తున్నాను... ఏంటి కథ? అంది నవ్వుతూ.......

"ఏమీ లేదు అక్కా. నెక్స్ట్ ఏం చేయాలో అనే ఆలోచన" అన్నాను పొడిగా... "ఏం చేయాలి అంటే".. నా మనసులోకి వెళుతూ ఆమె అడిగిన ప్రశ్న. ఆడవారికి సహజంగా ఈ విద్య అబ్బుతుందేమో... మా మధ్య కొంతసేపు నిశ్శబ్దం, ఎవరినైనా ప్రేమించావా?" పొడిగా అడిగింది.

"అంటే ప్రేమించావన్న మాట" ఆమె అంది......

★★★

నేను మరేమి దాచదలచుకోలేదు... ఆమె దగ్గర ఓపెన్ అయిపోయాను.

ఫైనల్గా నీ నిర్ణయం".. అంది.

"అదే తెలియడం లేదు" అన్నాను...

"లేచిపోవటం..... రిజిస్టర్ ఆఫీస్లో పెళ్ళి... మరి ఇటువంటి ఆలోచన చేయలేదా? అక్క ప్రశ్న....."అంటే... అదీ..... అక్క...."

"ఆ అమ్మాయిది వేరే కులమని ఆలోచిస్తున్నావా" అంది

"ఆ విషయం నేను చెప్పలేదు కదక్కా నీకు" అన్నాను ఆశ్చర్యంగా...

"అవసరం లేదు. ఈ కాలం యువకులు స్వజాతీయులను అంటే స్వకులం వారిని తప్ప అందరినీ ప్రేమిస్తారు. అలా లేకుంటే అది ప్రేమ కాదని భావిస్తారు".

"నీ ఉద్దేశం.... ఇలా ఆలోచిస్తే... ఇద్దరకు పెళ్ళి అయిపోతుంది... వేర్వేరు వ్యక్తులతో, నీకు పర్వాలేదా? అన్నయ్య పెళ్ళి ఉంది. కాని ఆ అమ్మాయి ఇంటికి పెద్దది అంటున్నావు. ఆమె వైపునుండి కూడా ఆలోచించు...... సరేలే పడుకో... వెళ్ళిపోయింది..... సంభాషణను మధ్యలో ఆపేసి....

నదిలాగే ప్రేమ కూడా ఆటంకం ఏర్పడినప్పుడు కొత్త దారులను వెదుక్కుంటుంది. నేను కూడా అంతే కష్టపడే వాడికి ప్రపంచం నుండి అవకాశాలు ఉన్నాయి. ప్రేమ జీవితంలో ఒక భాగమయిన.... ప్రేమ జీవితాన్ని నడిపిస్తుంది. కలలోను, ప్రేమలోను ఆసాధ్యమనేది లేదు. కావల్సిందల్లా ఆత్మ విశ్వాసం మాత్రమే. శిఖరం ఎక్కటం కష్టం. కాని దాని మీద ఉండటం కష్టం. ప్రేమ శిఖరం కూడా అటువంటిదే. నేను కూడా మా నాన్న అన్నయ్యల వెనుక వివాహాలకు, వ్రతాలకు, దేవాలయానికి వెళ్ళటం నేర్చుకున్నాను. మెల్లమెల్లగా నాకంటూ కొంత ఆదాయం వస్తున్నది. కుటుంబ సభ్యులు కూడా నాపట్ల ప్రేమాభిమానాలను చూపిస్తున్నారు. కష్టార్జితం మనిషిని ఆనందపరస్తుందని తొలిసారిగా నేను తెలుసుకున్నాను. ఈ విషయంలో అక్క చెప్పిన మాటలు చేసిన సహాయం మరువలేనివి.

"నీ ఉద్దేశం ఏమిటి...?" అక్క ప్రశ్న.

★★★

'నాకు మీ తమ్ముడంటే ప్రేమ, పెళ్ళి చేసుకోవాలనేది నా అభిప్రాయం" సరోజ సమాధానం. ఆర్థికపరమైన ఇబ్బందులు, కుటుంబ పరమైన అడ్డంకులు వస్తే పరవాలేదా?

"పరవాలేదు. డిగ్రీ అవ్వగానే నాకో ఉద్యోగం వచ్చింది. నేను మా ఇంట్లో వాళ్ళను ఒప్పించగలను. ఈ ధైర్యం మీ తమ్ముడికి ఉందా?" సరోజ మాటల్లోని స్థిరత్వం, ధృడత్వం నేటి ఆడపిల్లలకు ప్రతీకగా ఉంది.

"అది నాకు వదిలేయి....... పెళ్ళి, జీవితం అనేవి ఓ శాశ్వతమైన జీవిత సత్యాలు. జీవన బంధాలు. వాటినుండి తప్పించుకోలేరు. పిల్లలు కలిగిన తరువాత మీకంటూ ఒక కుటుంబం ఏర్పడుతుంది. ఇన్నాళ్ళు ఉన్న ఈ ప్రేమలు ఆనాటికి ఆవిరి అయిపోతే" అక్క పరీక్ష

"తెలుసు.... నాకంటూ ఓ ప్రణాళిక ఉంది..... నేను ఆలోచించేది ఆయన గురించి".. ప్రేమ గుడ్డిది కాదు.. ఇది చూడాలనుకునేది చాలా తక్కువ. కాని చాలా చూస్తుంది.. "గుడ్... నీ దృక్పథం నాకు నచ్చింది. "అక్క ప్రశంస.

ప్రశంస...... ముసుగు మీద నుండి పెట్టిన ఓ ముద్దులాంటిది.

సరోజ మొహంలో ఆనందం...

"కాని నా కులం.... మీకు తెలుసనుకుంటాను... భవిష్యత్తులో ఆ కారణంగా గొడవలు నాకిష్టం.

"లేచిపోవటం...... రిజిస్టర్ ఆఫీస్లో పెళ్ళి... మరి ఇటువంటి ఆలోచన చేయలేదా? అక్క ప్రశ్న..."అంటే... అదీ అక్క..

"ఆ అమ్మాయిది వేరే కులమని ఆలోచిస్తున్నావా" అంది.

"ఆ విషయం నేను చెప్పలేదు కదక్కా నీకు" అన్నాను ఆశ్చర్యంగా...

"అవసరం లేదు. ఈ కాలం యువకులు స్వజాతీయులను అంటే స్వకులంవారిని తప్ప. అందరినీ ప్రేమిస్తారు. అలా లేకుంటే అది ప్రేమ కాదని భావిస్తారు".

"నీ ఉద్దేశం.... ఇలా ఆలోచిస్తే... ఇద్దరకు పెళ్ళి అయిపోతుంది... వేర్వేరు వ్యక్తులతో, నీకు పర్వాలేదా? అన్నయ్య పెళ్ళి ఉంది. కాని ఆ అమ్మాయి ఇంటికి పెద్దది అంటున్నావు. ఆమె వైపునుండి కూడా ఆలోచించు.... సరేలే పడుకో..." అని వెళ్ళిపోయింది..... సంభాషణను మధ్యలో ఆపేసి....

నదిలాగే ప్రేమ కూడా ఆటంకం ఏర్పడినప్పుడు కొత్త దారులను వెదుక్కుంటుంది. నేను కూడా అంతే కష్టపడే వాడికి ప్రపంచం నుండి అవకాశాలు ఉన్నాయి. ప్రేమ జీవితంలో ఒక భాగమయిన.... ప్రేమ జీవితాన్ని నడిపిస్తుంది. కలలోను, ప్రేమలోను అసాధ్యమనేది లేదు. కావల్సిందల్లా ఆత్మ విశ్వాసం మాత్రమే. శిఖరం ఎక్కటం కష్టం. కాని దాని మీద ఉండటం కష్టం. ప్రేమ శిఖరం కూడా అటువంటిదే. నేను కూడా మా నాన్న అన్నయ్యల వెనుక వివాహాలకు, వ్రణాలకు, దేవాలయానికి వెళ్ళటం నేర్చుకున్నాను. మెల్లమెల్లగా నాకంటూ కొంత ఆదాయం వస్తున్నది. కుటుంబ సభ్యులు కూడా నా పట్ల ప్రేమాభిమానాలను

చూపిస్తున్నారు. కష్టార్జితం మనిషిని ఆనందపరస్తుందని తొలిసారిగా నేను తెలుసుకున్నాను. ఈ విషయంలో అక్క చెప్పిన మాటలు చేసిన సహాయం మరువలేనివి.

"నీ ఉద్దేశం ఏమిటి...?" అక్క ప్రశ్న.

★★★

నాకు మీ తమ్ముడంటే ప్రేమ. పెళ్ళి చేసుకోవాలనేది నా అభిప్రాయం" సరోజ సమాధానం. 'ఆర్థికపరమైన ఇబ్బందులు. కుటుంబ పరమైన అడ్డంకులు వస్తే పరవాలేదా?

"పరవాలేదు. డిగ్రీ అవ్వగానే నాకో ఉద్యోగం వచ్చింది. నేను మా ఇంట్లో వాళ్ళను ఒప్పించగలను. ఈ ధైర్యం మీ తమ్ముడికి ఉందా?" సరోజ మాటల్లోని స్థిరత్వం, ధృడత్వం నేటి ఆడపిల్లలకు ప్రతీకగా ఉంది.

"అది నాకు వదిలేయి...... పెళ్ళి, జీవితం అనేవి ఓ శాశ్వతమైన జీవిత సత్యాలు. జీవన బంధాలు, వాటినుండి తప్పించుకోలేదు. పిల్లలు కలిగిన తరువాత మీకంటూ ఒక కుటుంబం ఏర్పడుతుంది. ఇన్నాళ్ళు ఉన్న ఈ ప్రేమలు ఆనాటికి ఆవిరి అయిపోతే" అక్క పరీక్ష

"తెలుసు.... నాకంటూ ఓ ప్రణాళిక ఉంది..... నేను ఆలోచించేది ఆయన గురించి"... ప్రేమ గుడ్డిది కాదు.. ఇది చూడాలనుకునేది చాలా తక్కువ. కాని చాలా చూస్తుంది. "గుడ్... నీ దృక్పథం నాకు నచ్చింది...... " అక్క ప్రశంస.

ప్రశంస....... ముసుగు మీద నుండి పెట్టిన ఓ ముద్దులాంటిది..

సరోజ మొహంలో అనందం....

"కాని... నా కులం.... మీకు తెలుసనుకుంటాను.... భవిష్యత్తులో ఆ కారణంగా గొడవలు నాకిష్టం.

లేదు...... ఏదైనా ఇబ్బంది అనిపిస్తే అది ఒక అవరోధంగా భావిస్తే.... ఇక్కడితో ఆగిపోదాం..... సరోజ మాటల్లోని స్థిరత్వం ఆశ్చర్యపరచింది అక్కను.

ఫర్వాలేదు... అది నేను చూసుకుంటాను". అక్క సమాధానం.

“ఇద్దరు ఒకరినొకరు హత్తుకున్నారు..."

ప్రపంచంలో మిక్కిలి సౌందర్యవంతమైన దేనిని చూడలేము, స్పృశించిలేం. వాటిని కేవలం హృదయంలో అనుభవించాల్సిందే.

రెండు మనసుల మధ్య ఏర్పడిన ప్రేమైక భావన కూడా అంతే...

ఈ విషయాలన్ని అక్క నాతో చెప్పినప్పుడు ఆడవారి మనసులోతులను తెలుసుకోలేమని ఫ్రాయిడ్ చెప్పిన మాట గుర్తుకొచ్చింది.

★★★

మరో నెల తరువాత నేను సరోజ సింపుల్గా కోవెలలో పెళ్ళి చేసుకున్నాం.... మా ప్రేమ, పెళ్ళి పీటలు ఎక్కడానికి కారణం మా అక్క...

మొదటిరాత్రి

"మరి ముద్దు ముచ్చట్లు పూర్తి చేద్దామ" అన్నాను.

"మరేం పని రోజు శివరాత్రే కదా!"... సరోజ టీజింగ్...

ఆమెను నేను ఆక్రమించుకున్నానో... నన్ను ఆమె దగ్గరకు తీసుకుందో నాకు తెలియలేదు.... రసపట్టులో తర్కం వద్దంటారు పింగళి వారు.

మా మధ్య గాలి, వెలుతురు ఘనీభవించాయి.

KASTURI VIJAYAM

📞 00-91 95150 54998

KASTURIVIJAYAM@GMAIL.COM

SUPPORTS

- PUBLISH YOUR BOOK AS YOUR OWN PUBLISHER.

- PAPERBACK & E-BOOK SELF-PUBLISHING

- SUPPORT PRINT ON-DEMAND.

- YOUR PRINTED BOOKS AVAILABLE AROUND THE WORLD.

- EASY TO MANAGE YOUR BOOK'S LOGISTICS AND TRACK YOUR REPORTING.